AF761274

രാമായണം

ramanam
screen play
•
m p sukumaran nair
•
first edition
january 2013
•
typesetting
star communications, thiruvananthapuram
•
published
chintha publishers, thiruvananthapuram
•
printed
akshara offset, thiruvananthapuram
•
cover
prasoon
•
price
rupees one hundred ninety only

വിതരണം
ദേശാഭിമാനി ബുക്ക് ഹൗസ്
H O തിരുവനന്തപുരം-695 035
www.chinthapublishers.com
chinthapublishers@gmail.com

ബ്രാഞ്ചുകൾ
ഹെഡ്ഓഫീസ് ബ്രാഞ്ച് കുന്നുകുഴി • ഓവർബ്രിഡ്ജ് തിരുവനന്തപുരം • കെ എസ് ആർ ടി സി ബസ് സ്റ്റേഷൻ ആലപ്പുഴ • കെ എസ് ആർ ടി സി ബസ് സ്റ്റേഷൻ എറണാകുളം • മച്ചിങ്ങൽ ലെയ്ൻ തൃശൂർ • ഐ ജി റോഡ് കോഴിക്കോട് • കെ എസ് ആർ ടി സി ബസ് സ്റ്റേഷൻ കോഴിക്കോട് • എൻ ജി ഒ യൂണിയൻ ബിൽഡിങ് കണ്ണൂർ • സെൻട്രൽ ബസ് ടെർമിനൽ കോംപ്ലക്സ് താവക്കര കണ്ണൂർ

CO - 1861 / 3094

രാമാനം

തിരക്കഥ

എം പി സുകുമാരൻ നായർ

ചിന്ത പബ്ലിഷേഴ്സ്
തിരുവനന്തപുരം-695 035
വില : ₹ 190

എം പി സുകുമാരൻ നായർ

കോട്ടയം നീണ്ടൂരിലെ മൂഴിക്കുളങ്ങരയിൽ മനപ്പുറമ്പിൽ വീട്ടിൽ ജനനം. അച്ഛൻ: പി പത്മനാഭപിള്ള, അമ്മ: പി ജാനകിയമ്മ.

ബി എസ് സി ബിരുദത്തിനുശേഷം പൂനയിലെ ഫിലിം ആന്റ് ടെലിവിഷൻ ഇൻസ്റ്റിറ്റ്യൂട്ട് ഓഫ് ഇന്ത്യയിൽനിന്നും ഡിപ്ലോമയെടുത്തു. പൂനയിലെ നാഷണൽ ഫിലിം ആർക്കൈവ്സിൽനിന്നും സിനിമ ആസ്വാദനത്തിൽ സർട്ടിഫിക്കറ്റ് നേടി.

അനന്തരം, മതിലുകൾ, വിധേയൻ എന്നീ ചിത്രങ്ങളിൽ അടൂർ ഗോപാലകൃഷ്ണനോടൊപ്പം പ്രവർത്തിച്ചിട്ടുണ്ട്.

അപരാഹ്നം, കഴകം, ശയനം എന്നിവ പ്രധാന ചിത്രങ്ങൾ. ദൂരദർശനുവേണ്ടിയും കെ എസ് എഫ് ഡി സിക്കുവേണ്ടിയും സി-ഡിറ്റിനുവേണ്ടിയും ഹ്രസ്വചിത്രങ്ങളും ഡോക്യുമെന്ററികളും നിർമിച്ച് സംവിധാനം ചെയ്തിട്ടുണ്ട്. സംസ്ഥാന, ദേശീയ, അന്താരാഷ്ട്ര തലങ്ങളിൽ നിരവധി അംഗീകാരങ്ങൾ നേടിയിട്ടുണ്ട്.

വിലാസം	:	സി എഫ് 9/7/228 തിലക് നഗർ നാലാഞ്ചിറ പി ഒ തിരുവനന്തപുരം - 695 015
ഫോൺ	:	0471 - 2531519
email	:	tvm_sukunair@sancharnet.in

സാങ്കേതിക വിദഗ്ധർ

തിരക്കഥ സംഭാഷണം	
സംവിധാനം, നിർമാണം	*എം പി സുകുമാരൻ നായർ*
ഛായാഗ്രഹണം	*കെ ജി ജയൻ*
ശബ്ദലേഖനം	*എൻ ഹരികുമാർ*
ചിത്രസംയോജനം	*ബി അജിത്കുമാർ*
പശ്ചാത്തല സംഗീതം	*ഷെഹബാസ് അമൻ*
സഹസംവിധാനം	*അനൂപ് കെ ഇ*
നിശ്ചല ഛായ	*സന്തോഷ്*
വസ്ത്രാലങ്കാരം	*ഇന്ദ്രൻസ് ജയൻ*
സമന്വയം	*ഉണ്ണി വെഞ്ഞാറമൂട്*
സംഭാഷണസഹായം	*എം സി വടകര*
അവലംബം	*പുനത്തിൽ കുഞ്ഞബ്ദുള്ളയുടെ സ്മാരകശിലകൾ*
നിർവഹണം	*അശോകൻ പി വി*
കമ്പനി	*രചന ഫിലിംസ്*

35 മി മി, 116 മിനിട്ട്, 2009, ഫുജി കളർ

അഭിനേതാക്കളും	**കഥാപാത്രങ്ങളും**
ജഗതി ശ്രീകുമാർ	പൂക്കോയതങ്ങൾ
ഇന്ദ്രൻസ്	മുക്രി എറമുള്ളാൻ
മാമുക്കോയ	ഒമ്പതരക്കണ്ണൻ
മഞ്ചുപിള്ള	കടൈശിപ്പാത്തു
രേവതി	ആറ്റബീവിയായും പൂക്കുഞ്ഞിബീവിയായും
അനൂപ് ചന്ദ്രൻ	അദ്രുമാൻ
മാർഗി സതി	ആറ്റബീവി (നാൽപ്പത് വയസ്സ്)
കൊച്ചുപ്രേമൻ	കുളക്കടവിലെ കഥപറച്ചിലുകാരൻ
ജയകൃഷ്ണൻ	കുഞ്ഞാലി
ഹരിലാൽ	നമ്പ്യാർ
അലൻസിയർ	ഇബ്രായി
ജനാർദനൻ മൂഴിക്കര	ബാപ്പുക്കണാരൻ
മാസ്റ്റർ ദേവനാരായണൻ	കുഞ്ഞാലി (കുട്ടിക്കാലം)
ബേബി അവാന്തിക	പൂക്കുഞ്ഞിബീവി (കുട്ടിക്കാലം)
രജിതാ മധു	പൊക്കി
കൃഷ്ണപ്രഭ	നീലി
നെല്ലിയോട് വാസുദേവൻ നമ്പൂതിരി	ആശാൻ

കറുത്ത പശ്ചാത്തലത്തിൽ വന്നുപോകുന്ന വെളുത്ത അക്ഷരത്തിലുള്ള ചിത്രത്തിന്റെ പ്രധാന ശീർഷകങ്ങൾ. ചിത്രത്തിന്റെ പല ഭാഗത്തായി പിന്നീട് വന്നുപോകുന്ന ഗാനശകലങ്ങൾ കോർത്തിണക്കിയ ഒരു ആമുഖ പശ്ചാത്തല സംഗീതശിൽപ്പം പശ്ചാത്തലത്തിൽ കേൾക്കാം. ശീർഷകങ്ങൾ അവസാനിക്കുന്നിടത്ത് ചിത്രത്തിന്റെ ആദ്യദൃശ്യം തുടങ്ങുന്നു.

സീൻ - ഒന്ന്.

മുസ്ലീം പള്ളിയോടു ചേർന്നുള്ള വലിയ കുളം - അരണ്ട പ്രഭാതം ദൂരദൃശ്യം

പള്ളിയോടു ചേർന്നുള്ള കുളത്തിൽ പ്രതിഫലിച്ച് നിൽക്കുന്ന പൂർണചന്ദ്രനെ ഉയരത്തിൽനിന്ന് നാം കാണുന്നു. ഉയരത്തിൽനിന്നുള്ള കാഴ്ചയിൽനിന്നും ക്യാമറ വെള്ളത്തിന്റെ നിരപ്പിലേക്ക് താഴുന്നതോടെ വെള്ളത്തിലേക്കിറങ്ങാനുള്ള പടവുകളിലൊന്നിലിരുന്ന് തന്റെ മുന്നിലായി കുളത്തിലെ ജലപ്പരപ്പിൽ പ്രതിഫലിച്ച് നിൽക്കുന്ന പൂർണചന്ദ്രനെ നോക്കിയിരിക്കുന്ന വൃദ്ധനെ നാം കാണുന്നു. കവുങ്ങിൻപാളകൊണ്ടുണ്ടാക്കിയ തൊട്ടിയും കൈയിൽപ്പിടിച്ച് ഏതാണ്ട് മുപ്പതുവയസ്സ് തോന്നിക്കുന്ന മെലിഞ്ഞ ശരീരപ്രകൃതക്കാരനായ പള്ളിയിലെ ബാങ്കുവിളിക്കാരനായ മുക്രി എറമുള്ളാൻ വൃദ്ധനെ മറികടന്ന് പടവുകളിറങ്ങി ജലപ്പരപ്പിൽനിന്ന് കൈകൊണ്ട് വെള്ളം തട്ടിമാറ്റി കുറച്ചെടുത്ത് മുഖം കഴുകുന്നതിനിടയിൽ ജപിക്കുന്നു:

ലായിലാഹ ഇല്ലല്ലാഹു.... അഷ്കദർ..

എന്നിട്ടു തൊട്ടിയിൽ വെള്ളം നിറയ്ക്കുന്നു. മുക്രി എറമുള്ളാൻ ജലപ്പരപ്പിൽനിന്നും വെള്ളം തൊട്ടിയിൽ നിറച്ചപ്പോൾ വെള്ളത്തിൽ പ്രതിഫലിച്ചിരുന്ന പൂർണചന്ദ്രൻ വെള്ളത്തിലെ ഓളത്തിൽ അലിഞ്ഞില്ലാതാവുന്നു. ഇതിൽ സന്തുഷ്ടനായ വൃദ്ധൻ മുക്രിയോട് പറയുന്നു:

ഹ ഇങ്ങളു ഞമ്മടെ ചന്ദ്രനെ മിയുങ്ങിക്കളഞ്ഞല്ലോ.
ഓനെ നോക്കിനടത്താനല്ലെ ഞമ്മളീടിരിക്കണത്.

മുക്രി ഒരുനിമിഷം സംശയിച്ചു നിന്നിട്ട് ചോദിക്കുന്നു:

മിയുങ്ങീന്നോ ഏടെ?

ജലപ്പരപ്പിലേക്ക് കൈചൂണ്ടിക്കൊണ്ട് വൃദ്ധൻ പറയുന്നു:

ദേ, ഇങ്ങളു നോക്കിൻ.

ജലപ്പരപ്പിലെ ഓളം നിലച്ചു തുടങ്ങിയതോടെ ചന്ദ്രൻ വീണ്ടും പൂർണരൂപം പ്രാപിച്ചുവരുന്നു. അതുനോക്കിക്കൊണ്ട് വൃദ്ധൻ തുടർന്നുപറയുന്നു:

ബളന്നുബളന്നുബരണകണ്ടാ. ഓനൊരിക്കലും ക്ഷയിക്കില്ല. ദക്ഷപ്രജാപതി ബിചാരിച്ചിട്ടായില്ല പിന്നല്ലെ ഇങ്ങളു ക്ഷയിപ്പിക്കുന്നെ.

ഇപ്പോൾ ക്യാമറ വെള്ളത്തിലെ ഓളത്തിൽ അലിഞ്ഞില്ലാതായ പൂർണചന്ദ്രനെ ഉപേക്ഷിച്ച് മുക്രിയിലേക്കും പടവിലിരിക്കുന്ന വൃദ്ധനിലേക്കും നീങ്ങുന്നു.

മുക്രി ഒന്നും മനസിലാവാതെ ചോദിക്കുന്നു:

ദക്ഷപ്രജാപതിയോ. ഓനേതാ?

തൊട്ടിയിൽ നിറച്ച വെള്ളവുമായി വൃദ്ധനിരിക്കുന്ന പടവിനടുത്തേക്ക് വെള്ളത്തിലൂടെ നടന്നുവരുന്ന മുക്രിയോട് വൃദ്ധൻ പറയുന്നു:

ഞാ അപ്പ ഇങ്ങക്കാക്കഥ അറിയില്ലേ. എന്നാ കേട്ടോളി. ഇരിക്കീ. പണ്ടുപണ്ട് ദക്ഷപ്രജാപതി എന്നൊരു രാജാവുണ്ടായിരുന്നു. ഓന്റെ ബീടര് പെറ്റ്. ഒന്നുരണ്ടുമല്ല, ഇരുപത്തിയേഴ് കുഞ്ഞുങ്ങളെ. ഇരുപത്തിയേഴും പെണ്മക്കൾ. അശ്വതി മുതൽ രേവതി വരെയുള്ള ഇരുപത്തിയേഴ് പേരുകൾ രാജാവോർക്കിട്ടു. പെൺകുട്ടികൾ കൂട്ടുപിരിയാതെ കളിച്ചുചിരിച്ച് വളർന്നു. ഓർക്ക് വിവാഹപ്രായമായി. രാജാവോർക്ക് പറ്റിയ വരന്മാരെ തേടാൻ തുടങ്ങി. ഇതറിഞ്ഞ കുട്ട്യോളു ബേജാറായി. വിവാഹത്തോടെ അന്യോന്യം പിരിയേണ്ടിബരൂല്ലോന്നോർത്തായിരുന്നു ഓർക്ക് ദുഃഖം. അന്യോന്യം പിരിയാതിരിക്കാനവരൊരുപായം കണ്ടെത്തി. എല്ലാവർക്കുംകൂടി ഒരു വരനെ കിട്ടാനെന്താ ബയീന്നോരാലോചിച്ചു. കന്യകമാരുടെ ഈ

പൂതി ആകാശത്ത് ഉദിച്ചുവന്ന ചന്ദ്രനറിഞ്ഞു. ഇരുപത്തിയേഴുപേരേയും വിവാഹം ചെയ്യാൻ താൻ തയാറാണെന്ന് ചന്ദ്രൻ കന്യകമാരെ അറിയിച്ചു. സന്തോഷവതികളായ കന്യകമാർ ഈ വിവരം പിതാവിനെ അറിയിച്ചു. ദക്ഷപ്രജാപതി ഇക്കാര്യം ചന്ദ്രനുമാലോചിച്ചു ഇരുപത്തിയേഴുപേരെയും ഒന്നുപോലെ കരുതി സ്നേഹിച്ചുകൊള്ളാമെന്ന് ചന്ദ്രൻ സമ്മതിച്ചു. ചന്ദ്രന്റെ വാഗ്ദാനത്തിൽ വിശ്വസിച്ച് ദക്ഷൻ അവരെ ചന്ദ്രനു വിവാഹം ചെയ്തുകൊടുത്തു. കല്യാണം കഴിഞ്ഞതോടെ ചന്ദ്രന്റെ മട്ടുമാറി. സദാസമയവും രോഹിണിയോടൊപ്പമായി, മറ്റിരുപത്താറുപേരും തീരാദുഃഖത്തിലായി. പുത്രിമാരുടെ ദുഃഖം അറിഞ്ഞ ദക്ഷൻ കോപാകുലനായി നീ അനുദിനം ക്ഷയിച്ചുപോകട്ടെയെന്ന് ചന്ദ്രനെ ശപിച്ചു. അന്നുമുതൽ ചന്ദ്രൻ ക്ഷയിച്ച് ക്ഷയിച്ച് പതിനഞ്ചു ദിവസം കൊണ്ട് ചന്ദ്രക്കലയായി മാറുന്നു. പിന്നടുത്ത പതിനഞ്ചുദിവസംകൊണ്ട് വളർന്നു വളർന്നു വളർന്ന് പൂർണചന്ദ്രനായി മാറുന്നു.

എന്നിട്ടയാൾ പടവുകളിറങ്ങി കുളത്തിലേക്ക് നടന്നുചെന്ന് വെള്ളത്തിൽ പ്രതിഫലിച്ചുനിന്ന ചന്ദ്രനെ നോക്കി പറയുന്നു.

അതാ ഞാൻ പറഞ്ഞത് അനക്കെന്റെ ചന്ദ്രനെ ക്ഷയിപ്പിക്കാനൊന്നും പറ്റില്ലാന്ന്.

എന്നിട്ടയാൾ തന്റെ മുഴുവൻ ശക്തിയും സംഭരിച്ച് ചന്ദ്രനുദിച്ചു നിന്ന വെള്ളത്തിലേക്ക് നോക്കി ശക്തിയായി ഊതുന്നു.

ഫൂ.

ഭയന്നുവിറച്ച മുക്രി എറമുള്ളാൻ ജപിക്കുന്നു.

അള്ളാ ലാ ഇലാഹ ഇല്ലല്ലാഹു...

ഇവിടെ പശ്ചാത്തലസംഗീതം ആരംഭിക്കുന്നു.

ധൃതിയിൽ പള്ളിയുടെ അകത്തേക്ക് നടക്കുന്ന മുക്രിയെ ഉപേക്ഷിച്ച് ക്യാമറ പള്ളിയുടെ മിനാരങ്ങളിലേക്ക് ഉയർന്നു പോകുന്നു.

സീൻ - രണ്ട്.

**ശവക്കോട്ടയോടു ചേർന്ന
വലിയതങ്ങളുടെ ശവകുടീരം -
അരണ്ടപ്രഭാതം
മധ്യദൂരദൃശ്യം**

സംഗീതം തുടരുന്നു. വെള്ളംനിറച്ച കമുകിൻപാളകൊണ്ടുണ്ടാക്കിയ തൊട്ടിയും തൂക്കിപ്പിടിച്ച് നടന്നുവരുന്ന മുക്രി എറമുള്ളാൻ തൊട്ടിയിലെ വെള്ളം പള്ളിയുടെ ഒരുവശത്തായി കെട്ടിയിരിക്കുന്ന സിമന്റുകൊണ്ടുള്ള ഹവുളിലേക്കൊഴിച്ച് അത് നിറയ്ക്കുന്നു. എന്നിട്ട് അതിൽ ബാക്കി വന്ന വെള്ളം കൊണ്ട് കൈയും കാലും മുഖവും കഴുകി ശുദ്ധമാക്കി കമുകിൻപാളകൊണ്ടുണ്ടാക്കിയ തൊട്ടി ഹവുളിന്റെ മുകൾഭാഗത്ത് വച്ചശേഷം വലിയതങ്ങളുടെ ജാറത്തിലേക്കുള്ള വാതിലിനടുത്തേക്ക് നടന്നുവന്ന് മുറിയിലേക്കുള്ള വാതിൽപ്പടിയിൽ കയറിനിന്ന് കഴുക്കോൽപ്പടിയിൽ വച്ചിരുന്ന ചന്ദനത്തിരിക്കൂടിൽ നിന്നും രണ്ടുമൂന്നെണ്ണവും അതിനടുത്തു തന്നെ വച്ചിരുന്ന തീപ്പെട്ടിയും എടുത്ത് മുറിക്കകത്തേക്ക് കയറി വലിയ തങ്ങളുടെ ഖബറിന്റെ അടുത്തിരുന്ന് തീപ്പെട്ടിതുറന്ന് കൊള്ളിയെടുത്ത് പെട്ടിയിലുരച്ച് തീപ്പിടിപ്പിക്കുന്നു. എന്നിട്ട് കത്തിയ തീപ്പെട്ടിക്കൊള്ളികൊണ്ട് ചന്ദനത്തിരി കത്തിക്കാൻ തുടങ്ങുന്നു

മധ്യദൃശ്യം

അപ്പോഴാണ് മുക്രി തങ്ങളുടെ ഖബറിന്റെ മുകളിൽ കമഴ്ന്നുകിടക്കുന്ന സ്ത്രീയെ കാണുന്നത്. മുണ്ടും ബ്ലൗസും ധരിച്ച സ്ത്രീയുടെ നീണ്ടുകിടക്കുന്ന മുടിമാത്രമേ മുക്രി കണ്ടുള്ളൂ. ഭയന്നുവിറച്ച മുക്രിയുടെ കൈയിൽനിന്നും കത്തിച്ചുപിടിച്ച തീപ്പെട്ടിക്കൊള്ളിയും ചന്ദനത്തിരിയും നിലത്തു വീഴുന്നു.

മധ്യദൂരദൃശ്യം

ഭയന്നുവിറച്ച് ധൃതിപ്പെട്ട് ഒരു നിലവിളിയോടെ ഖബറിൽനിന്ന് എണീറ്റ് വാതിലിലൂടെ പുറത്തേക്ക് പോകുന്ന മുക്രി പിറുപിറുക്കുന്നു.

എന്റെ റബ്ബേ...

സീൻ - മൂന്ന്.

**പൂക്കോയതങ്ങളുടെ വീട് -
മുൻവശത്തെ ഇറയം
അരണ്ടപ്രഭാതം - ദൂരദൃശ്യം**

ഇറയത്തെ സിമന്റിട്ട തറയിൽ കിടന്നുറങ്ങുന്ന നിക്കറും കുപ്പായവും ധരിച്ച ഏതാണ്ട് ഇരുപതിരുപത്തിയഞ്ച് വയസ്സ് തോന്നിക്കുന്ന അദ്രുമാൻ എന്ന ചെറുപ്പക്കാരന്റെ അടുത്തേക്കോടി വരുന്ന മുക്രി എറമുള്ളാൻ അയാളെ കുലുക്കിവിളിച്ചുണർത്തിക്കൊണ്ട് പറയുന്നു:

എടാ എണീക്ക്.

ഉറക്കം മുറിഞ്ഞതിലുള്ള ഈർഷ്യയോടെ തിരിഞ്ഞു കിടന്നുകൊണ്ട് മുക്രിയെ ശ്രദ്ധിക്കാതെ അദ്രുമാൻ ചോദിക്കുന്നു:

ആരാദ് എന്റെ കുദിരേനെ കൊണ്ട്വന്നതാ...

അദ്രുമാന്റെ ചോദ്യം ശ്രദ്ധിക്കാതെ മുക്രി എറമുള്ളാൻ ശബ്ദം ഉയർത്തിപ്പറയുന്നു:

തൊറക്ക് ഷെയിത്താനെ. നേരം പോക്കാതെ. അത്യാവശ്യ കാര്യാ. ഓന്റെ ഒരു കുദിര.

നിലത്തെ തറയിൽ നിന്നെണീക്കാനുള്ള മടികൊണ്ട് തടസവാദവുമായി അദ്രുമാൻ പറയുന്നു:

അതിനകത്താരേലും ഒണന്നിട്ടുബേണ്ടെ.

മധ്യദൃശ്യം

തറയിലെ നിലത്ത് കിടന്ന തന്റെ വടിയെടുത്ത് പ്രയാസപ്പെട്ട് എണീറ്റിരുന്നുകൊണ്ട് അദ്രുമാൻ പറയുന്നു:

വാങ്കുവിളിച്ചിട്ടുവാ.

ദേഷ്യം വന്ന് മുക്രി പറയുന്നു:

ബലാലെ വേഗം വാതിലുതൊറക്ക്. ഇല്ലേ അന്റെ പല്ലു ഞാനടിച്ചു കയിക്കും.

ദേഷ്യത്തോടെ അദ്രുമാൻ ചോദിക്കുന്നു:

എന്താ തുറിച്ച് നോക്കണെ?

പരിഹാസത്തോടെ അദ്രുമാൻ. മുക്രി പറയുന്നു:

അന്റെ മൊഖം.

സമീപമധ്യദൃശ്യം

മുക്രിയെനോക്കി ശപിച്ചുകൊണ്ട് അദ്രുമാൻ പറയുന്നു:

ഇപ്പനക്കുകിട്ടും. ബേഗം ചെല്ല്. ഒറങ്ങാനും സമ്മതിക്കൂലാ.

സീൻ - നാല്.

പൂക്കോയതങ്ങളുടെ വീട് - അരണ്ട പ്രഭാതം - വീടിനകം മധ്യദൂരദൃശ്യം

മുക്രി എറമുള്ളാൻ തങ്ങളുറങ്ങുന്ന മുറിയുടെ പുറത്തുവന്നുനിന്നുകൊണ്ട് വാതിലിൽ മുട്ടുന്നു. അകത്തുനിന്നുവല്ല ശബ്ദവും കേൾക്കുന്നുണ്ടോന്ന് ശ്രദ്ധിച്ചു നിന്നിട്ട് വീണ്ടും വാതിലിൽ മുട്ടുന്നു. മുറിക്കകത്തുനിന്നും ഉറക്കച്ചടവോടെ ചോദിക്കുന്നു:

ആര്?

പരിഭ്രമത്തോടെ എറമുള്ളാൻ വിളിച്ചു പറയുന്നു:

എറമുള്ളാനാ മുക്രി. വേഗം വാതിലുതുറക്കണേ.

ശബ്ദത്തോടെ തുറന്ന വാതിലിലൂടെ ഏതാണ്ട് നാൽപ്പത് വയസ്സ് തോന്നിക്കുന്ന മുണ്ടും ബനിയനും ധരിച്ച പൂക്കോയതങ്ങൾ ഉറക്കച്ചടവോടെ കണ്ണും തിരുമ്മി എണീറ്റു വന്ന് നിൽക്കുന്നു. വാതിലിനു പുറത്തു നിൽക്കുന്ന മുക്രിയെ നോക്കി ഒരാട്ടാട്ടുന്നു:

ഭാ...

എന്നിട്ടയാൾ തുടർന്ന് പറയുന്നു:

ബാങ്ക് കൊടുക്കണനേരത്ത് കിടക്കപ്പെരേലേക്കാണോടാ പാഞ്ഞുവരണെ. ഓന്റെ ഒരു തട്ടലും മുട്ടലും. വേഗം പോയി ബാങ്ക് കൊടുക്ക്.

പരിഭ്രമിച്ച് നിൽക്കുന്ന മുക്രിക്ക് വാക്കുകൾ വരുന്നില്ല. അയാൾ തപ്പുന്നതിനിടയിൽ തങ്ങൾ അവന്റെ നേർക്ക് ചെക്കിട്ടുകയറുന്നു.

പറയെടാ. എന്നാ കാര്യം.

വിക്കി വിക്കി മുക്രി പറയുന്നു:

ഒരു ജിന്ന്

ദേഷ്യംവന്ന തങ്ങൾ ആരോടെന്നില്ലാതെ പറയുന്നു:

ജിന്നോ? എവിടെ? കെഴവനു നൊസ്സായോ.

മധ്യദൃശ്യം

അൽപ്പം ധൈര്യം സംഭരിച്ചുകൊണ്ട് മുക്രി ഒരുവിധം പറഞ്ഞൊപ്പിക്കുന്നു.

വലിയതങ്ങളുടെ ജാറത്തില്. ഞാൻ കണ്ടതാ. കുമ്പിട്ടാ കെടക്കണെ. അതോണ്ട് മൊഖം കാണാങ്കയൂല്ല. പനങ്കൊല പോലത്ത മുടി. അതങ്ങനെ നീണ്ടു കിടക്കണു. നാൻ ഒന്നേനോക്കിയുള്ളൂ.

ഇതിനിടയിൽ മുറിക്കകത്തുനിന്നും വാതിലിനടുത്തേക്ക് നടന്നുവന്ന ഏതാണ്ടിരുപതു വയസ്സ് തോന്നിക്കുന്ന ഗർഭിണിയായ തങ്ങളുടെ ഭാര്യ ആറ്റുബീവി മുക്രി പറയുന്നതും

ശ്രദ്ധിച്ച് തങ്ങളുടെ പിന്നിൽ നിൽക്കുന്നു. തങ്ങൾ ആറ്റയെ നോക്കുന്നു. എന്നിട്ട് മുക്രിയോടായി പറയുന്നു:

ജീവനൊണ്ടോടാ.

പറ്റിയ അമളി മറച്ചുവച്ചുകൊണ്ട് അറിയില്ലെന്ന ഭാവത്തിൽ തലയാട്ടിക്കൊണ്ട് മുക്രി പറയുന്നു:

അള്ളാഹുഅയിലം.

മധ്യസമീപദൃശ്യം

ദേഷ്യത്തോടെ തങ്ങൾ പറയുന്നു:

പിന്നെന്നാ കണ്ടിട്ടാടാ ഇങ്ങോട്ട് പാഞ്ഞുവന്നെ. നാശം

പിന്നിൽ നിൽക്കുന്ന ആറ്റബീവിയോടായി തങ്ങൾ പറയുന്നു:

ആറ്റേ, നീയാക്കുപ്പായമിങ്ങെടുക്ക്. പല്ലേക്കലും കത്തലടക്കലുമെല്ലാം തിരിച്ചു വന്നിട്ടാകാം.

ആറ്റബീവി മുറിയുടെ മറ്റൊരുഭാഗത്തേക്ക് നടന്ന് മറയുന്നു. തങ്ങൾ മുക്രിയോടായി പറയുന്നു:

നീ ഇതാരോടേലും പറഞ്ഞീനൊ.

സമീപദൃശ്യം

നിഷേധാർഥത്തിൽ തലയാട്ടിക്കൊണ്ട് മുക്രി പറയുന്നു:

ഇല്ല.

മധ്യദൃശ്യം

അൽപ്പം സമാധാനമായമാതിരി തങ്ങൾ പറയുന്നു:

എന്നായിതാരോടും പറയല്ലെ. നിസ്കാരം കഴിഞ്ഞെല്ലാരും പോട്ടെ.
എന്നിട്ട് ഞമ്മക്ക് നോക്കാം. നീ വേഗം പോയി ബാങ്ക് കൊടുക്ക്.

പൊക്കോളാൻ അനുമതി കിട്ടേണ്ട താമസം മറ്റെന്തെങ്കിലും പറയുന്നതുകേൾക്കാൻ നിക്കാതെ മുക്രി തിരിഞ്ഞോടുന്നു. ഇതിനിടയിൽ കൈയിലൊരു ഷർട്ടുമായി വന്ന ആറ്റബീവി കുപ്പായം തങ്ങളുടെ നേർക്ക് നീട്ടിക്കൊണ്ട് പറയുന്നു:

ഇങ്ങളുപല്ലുതേക്ക്. അയാളെ പിരാന്തു വർത്താനം കേട്ട് പായണ്ട.

സീൻ - അഞ്ച്.

പള്ളി - ഉൾവശം -
അരണ്ട പ്രഭാതം
മധ്യദൂരദൃശ്യം

തടികൊണ്ടുള്ള ഗോവണിപ്പടികൾ ധൃതിയിൽ നടന്നുകയറിപ്പോകുന്ന മുക്രിയുടെ പിന്നിൽനിന്നുള്ള ദൃശ്യം.

മധ്യദൂരദൃശ്യത്തിൽനിന്നും ദൂരദൃശ്യത്തിലേക്ക്

തടികൊണ്ടുള്ള ഗോവണിപ്പടികൾ ധൃതിയിൽ നടന്നുകയറി വരുന്ന മുക്രിയുടെ മുൻപിൽനിന്നുള്ള ദൃശ്യം. ഗോവണിപ്പടികൾ ചവിട്ടിക്കയറി മുന്നോട്ട് നടക്കുന്ന മുക്രി ക്യാമറയ്ക്ക്

പുറംതിരിഞ്ഞ് പള്ളിയുടെ മുകളിലത്തെ നിലയിലെ വിശാലമായ മുറിയിലൂടെ നടന്ന് ഒരുവശത്തേക്ക് തിരിഞ്ഞ് ബാങ്ക് വിളിക്കുന്ന സ്ഥലത്തേക്ക് പോയി മറയുന്നു.

മധ്യദൃശ്യം

ബാങ്ക് വിളിക്കുന്ന സ്ഥലത്തേക്ക് നടന്നുവന്നു നിന്ന് ഇരുകൈകളുംകൊണ്ട് ചെവികൾ അടച്ചുപിടിച്ച് കണ്ണടച്ചുനിന്ന് ബാങ്ക് വിളിക്കുന്ന മുക്രിയുടെ ഒരുവശത്തുനിന്നുള്ള ദൃശ്യം.

ആള്ളാഹു അക്ബർ ആള്ളാഹു അക്ബർ
ആള്ളാഹു അക്ബർ ആള്ളാഹു അക്ബർ
അഷ്കതൻ ഇലാ ഇല്ലലാഹ്
അഷ്കതൻ ഇലാ ഇല്ലലാഹ്

സംഗീതം തുടങ്ങുന്നു.

സീൻ - ആറ്.

ശവക്കോട്ടയോടു ചേർന്ന വലിയതങ്ങളുടെ ശവകുടീരം - രാവിലെ മധ്യദൂരദൃശ്യം

തങ്ങളും മുക്രി എറമുള്ളാനുംകൂടി വലിയതങ്ങളുടെ ജാറത്തിന്റെ അകത്തേക്ക് നടന്നു. കയറിവന്ന് നിന്ന് ജാറത്തിന്റെ മുകളിൽ കിടക്കുന്ന സ്ത്രീയെ നോക്കിനിൽക്കുന്നു. തങ്ങൾ മുക്രിയോട് പറയുന്നു:

തൊട്ടുനോക്കടാ ചൂടുണ്ടോന്ന്.

ഭയത്തോടെ മടിച്ചുമടിച്ച് മുക്രി കുനിഞ്ഞുനിന്ന് നിലത്തു കിടക്കുന്ന സ്ത്രീയുടെ കഴുത്തിൽ തൊട്ടുനോക്കുന്നു. എന്നിട്ട് സമാധാനത്തോടെ മേൽപ്പോട്ടുയർന്ന് തങ്ങളോട് പറയുന്നു:

ഒണ്ടൊണ്ട്.

തങ്ങളു കുനിയാൻ തുടങ്ങിയിട്ട് വേണ്ടെന്നു വയ്ക്കുന്നു. എന്നിട്ട് പറയുന്നു:

പെണ്ണുങ്ങളെ തൊടല്. ശരിയല്ല.

എന്നിട്ട് തിരിഞ്ഞ് മുക്രിയോട് പറയുന്നു.

നീ പോയി ബാപ്പുക്കണാരനോടും പൊക്കിയോടും ഇങ്ങോട്ട് വരാൻപറ.

മുക്രി എറമുള്ളാൻ ഓടിപ്പോകുന്നു.

സീൻ - ഏഴ്.

ബാപ്പുക്കണാരന്റെ വീട് -
മുൻവശം - പകൽ
മധ്യദൂരദൃശ്യം

വീടിന്റെ മുൻവശത്തെ ഇറയത്തിട്ടിരിക്കുന്ന പഴയ തടിക്കസേരയിൽ തങ്ങൾ ഇരിക്കുന്നു. മുറ്റത്തുനിന്ന് വീട്ടിലേക്കു കയറാനുള്ള ഇളംതിണ്ണയിലിരുന്ന് മുക്രി എറമുള്ളാൻ ഒരു കറുത്ത ചരട് മന്ത്രിച്ച് കെട്ടുന്നു. ഇളംതിണ്ണയോടുചേർന്ന് മുറ്റത്ത് നിൽക്കുകയാണ് ബാപ്പുക്കണരാൻ. ഇതിനിടയിൽ അകത്തെവിവരം അറിയിക്കാനായി മുണ്ടും ബ്ലൗസും ധരിച്ച പൊക്കം കുറഞ്ഞ തടിച്ച കണാരന്റെ വീട്ടുകാരി പൊക്കി അടച്ചിട്ടിരുന്ന വാതിലുതുറന്ന് ഇറയത്തേക്ക് വരുന്നു. പൊക്കിയെ കണ്ട തങ്ങൾ ചോദിക്കുന്നു:

ബോതം വന്നോ?

നിസ്സഹായതോടെ പൊക്കി പറയുന്നു.

ഹില്ലോളി.

മന്ത്രിച്ചുകെട്ടിയ ചരട് പൊക്കിയുടെ നേർക്ക് നീട്ടിക്കൊണ്ട് മുക്രി പറയുന്നു.

വലത്തെക്കൈയെടെ തോളത്തിതങ്ങ് കെട്ടിക്കൊടുക്ക്. കാണാല്ലൊ. ഏതിഫിരീത്തോ ജിന്നോ ആ ഇറങ്ങിപ്പോകാത്തതെന്ന്.

മന്ത്രിച്ചുകെട്ടിയ ചരടും വാങ്ങി പൊക്കി അകത്തേക്ക് കയറിപ്പോയി പിന്നിൽ നിന്നും വാതിലടയ്ക്കുന്നു.

സമീപദൃശ്യം

അക്ഷമനായിരിക്കുന്ന തങ്ങൾ ആരോടെന്നില്ലാതെ പറയുന്നു:

ചൂടുണ്ടല്ലോ. അതുമതി. അല്ലേപ്പിന്നെ പോലീസും ആശുപത്രീം ഒക്കെയായിട്ട് സമയമ്പോകും.

മധ്യദൂരദൃശ്യം

ഇതിനിടയിൽ വാതിൽ തുറന്ന് പുറത്തുവന്ന പൊക്കി മുഖത്തൊരു ചിരിയോടെ പറയുന്നു:

പോതം വന്ന്

ആശ്വാസത്തോടെ തങ്ങൾ പറയുന്നു:

റബ്ബേ ഇന്റെ കൃപ

തങ്ങൾ തുടർന്ന് ചോദിക്കുന്നു:

വല്ല ബർത്താനോം പറഞ്ഞോ?

വിഷമത്തോടെ പൊക്കി പറയുന്നു:

ഇല്ല. കണ്ണുതുറന്ന് ചിറിയൊന്ന് കോട്ടിയതേയുള്ളൂ.

മുക്രി തന്റെ മന്ത്രിച്ചുകെട്ടിയ ചരടിന്റെ ഗുണംകൊണ്ടാണു കണ്ണുതുറന്നതെന്ന മട്ടിൽ പറയുന്നു:

മന്ത്രിച്ചു കെട്ടിയ ചരടിന്റെ ഗുണാ. പൊക്കീ, കുറച്ചു വെള്ളം കൂടി ഒരു പാത്രത്തിലെടുക്ക്. ഞാനതുംകൂടി മന്ത്രിച്ചുതരാം. ഇടയ്ക്കിടക്ക് വായിലൊഴിച്ചുകൊടു ത്തോണ്ടിരുന്നാ മതി. നോക്കിക്കോ, എല്ലാം മണിമ ണിയായിട്ട് പറയും.

മധ്യദൂരദൃശ്യം

മുക്രിയുടെ വമ്പുപറച്ചിൽ കേട്ട ഭാവം നടിക്കാതെ കസേര യിൽ ഇരുന്നുകൊണ്ട് തങ്ങൾ കണാരനോടു പറയുന്നു:

ഓൾ ഇന്റെ പെരേ നിക്കട്ടെ. വർത്തമാനം വല്ലോം പറഞ്ഞാലെന്നെ വിളിച്ചാ മതി.

എന്നിട്ട് ഇരുന്നിരുന്ന കസേരയിൽനിന്നെണീറ്റ് തങ്ങൾ പുറ ത്തേക്ക് നടക്കുന്നു. അദ്രുമാനും തങ്ങളെ പിന്തുടരുന്നു. തങ്ങൾ എണീക്കുന്നതുകണ്ട് പിടഞ്ഞെണീറ്റ മുക്രി എന്തു ചെയ്യണമെന്നറിയാതെ ജാള്യത്തോടെ പകച്ചെല്ലാവരേയും നോക്കിനിൽക്കുന്നു.

സീൻ - എട്ട്.

ബാപ്പുക്കണാരന്റെ വീട് - രാവിലെ - പിന്നാമ്പുറം ദൂരദൃശ്യം

പുരയുടെ പിൻഭാഗത്ത് അടുക്കളവാതിലിനുപുറത്തായി മുറ്റ ത്തിരുന്ന് പൊക്കി പാത്രം കഴുകുന്നു. തുറന്നുകിടന്ന അടു ക്കളവാതിലിലൂടെ മുറ്റത്തേക്കോടിയിറങ്ങിവന്ന് മുറ്റത്തിരുന്ന് നീലി ഓക്കാനിക്കുന്നു. പൊക്കി ഒരു നിമിഷം അവളെ നോക്കിയിരിക്കുന്നു. എന്നിട്ട് പാത്രം കഴുകലുമതിയാക്കി എണീറ്റ് നീലിയുടെ പിന്നിൽ കുനിഞ്ഞു നിന്ന് അവളുടെ പുറം തലോടിക്കൊടുക്കുന്നതിനിടയിൽ നീലിയെ സമാധാ നിപ്പിച്ചുകൊണ്ട് പറയുന്നു.

വിശേഷം എന്തെങ്കിലുമൊണ്ടോ?

നീലി പിന്നെയും ഓക്കാനിക്കുന്നു. അവളുടെ നിസ്സഹായത മനസിലാക്കിയ പൊക്കി പുറം തടവിക്കൊടുക്കുന്നതിനിടയിൽ അവളെ സമാധാനിപ്പിക്കാനായി പറയുന്നു:

സാരമില്ല നമുക്കാ പരത്തിപ്പേറ്റച്ചിയെ വിളിക്കാം.

മധ്യദൂരദൃശ്യം

നീലിയുടെ പുറം തലോടിക്കൊടുക്കുന്ന പൊക്കിയുടെ പിന്നിൽ നിന്നുള്ള ദൃശ്യം. നീലിയെ സമാധാനിപ്പിച്ചുകൊണ്ട് പൊക്കി തുടർന്നു പറയുന്നു:

പരത്തി പറഞ്ഞാപ്പിന്നൊരു മാറ്റം വരുകേല.

പുറം തലോടിക്കൊടുക്കുന്നതിനിടയിൽ നീലിയെ സാവകാശം പിടിച്ചെണീപ്പിച്ച് വീട്ടിനുള്ളിലേക്ക് പതുക്കെ പതുക്കെ നടത്തിക്കൊണ്ടു വരുന്നതിനിടെ അവരുടെ അടുത്തേക്ക് ബാപ്പുക്കണാരൻ നടന്നുവന്ന് ക്യാമറക്ക് പിന്തിരിഞ്ഞ് നിൽക്കുന്നു. ബാപ്പുക്കണാരനങ്ങോട്ടുവന്നതിഷ്ടപ്പെടാതെ വന്ന ദേഷ്യം അടക്കിക്കൊണ്ട് പൊക്കി ചോദിക്കുന്നു:

നിങ്ങളെന്തായിങ്ങനെ മണത്തോണ്ട് നടക്കുന്നെ. നേരം പോക്കാതാ പരത്തി പേറ്റച്ചീനെ വിളിച്ചോണ്ടു വാ.

അപ്പോൾ വീടിനുമുൻവശത്തുനിന്ന് ആരോ വിളിച്ച് ചോദിക്കുന്നു:

കണാരേട്ടനില്ലേ ഈടെ?

ബാപ്പുക്കണാരന്റെ സാന്നിധ്യത്തിൽ അസംതൃപ്തയായ പൊക്കി ഈ അവസരം ഉപയോഗിച്ച് അയാളെ അവിടെ നിന്നും പറഞ്ഞയക്കുന്നു.

ആരാടാബന്നേന്നുനോക്ക്.

ബാപ്പുക്കണാരൻ വീടിന്റെ മുൻവശത്തേക്ക് നടക്കുന്നതിനിടയിൽ പൊക്കിയും നീലിയും വീടിനടുത്തേക്ക് നടക്കുന്നു.

മധ്യദൂരദൃശ്യം

ബാപ്പുക്കണാരന്റെ വീടിന്റെ മുൻവശത്തെ മുറ്റത്ത് നിൽക്കുന്ന ഷർട്ടും മുണ്ടും ധരിച്ച ചെക്കന്റെ മുന്നിലേക്ക് കണാരൻ നടന്നു വന്ന് ചെക്കന്റെ മുൻപിലായി ക്യാമറയ്ക്ക് അഭിമുഖമായി നിന്നുകൊണ്ട് ചോദിക്കുന്നു:

അപ്പുയെന്തായിന്ന് പണിക്കു പോയില്ലേ.

മധ്യദൃശ്യം

ബാപ്പുക്കണാരനഭിമുഖമായിനിന്നുകൊണ്ട് ചെക്കൻ പറയുന്നു:

ഒമ്പതരക്കണ്ണന്റാടെ ചായകുടിക്കാൻ ചെന്നപ്പഴാ ഓറു പറഞ്ഞറിഞ്ഞെ. മയ്യത്തുക്കട്ടിലീടേക്കെടുത്തെന്ന്. എങ്കിപ്പിന്നെ വിശേഷം അറിയാന്നുബച്ച് വന്നതാ.

ബാപ്പുകണാരൻ അടുക്കളേടെ ഭാഗത്തേക്ക് തിരിഞ്ഞ് പൊക്കിയോട് ശബ്ദമുയർത്തി പറയുന്നു:

ഞാമ്പോകുകാ.

ചെക്കനും പൊക്കിയോട് വിളിച്ച് പറയുന്നു:

ഏടത്തീ ഞാനിപ്പപ്പോണു, പിന്നെവരാം.

മധ്യദൃശ്യം

ചെക്കനും ബാപ്പുക്കണാരനും മുറ്റത്തുകൂടി വീടിനുപുറത്തേക്ക് നടക്കുന്നു. ചെക്കൻ തുടർന്ന് പറയുന്നു:

അപ്പ ഓറു പറഞ്ഞതു നേരാ. വല്യ തങ്ങടെ ജാറു മ്പൊറത്തൊരു പെണ്ണടിമ കെടന്നെന്നും ഓളെ കണാരേട്ടന്റെ പൊരേലാക്കീന്നുമൊക്കെയാ കവലേ പറയണെ. നമ്മടെ കൂട്ടരാ.

ചെക്കന്റെ വർത്തമാനത്തിൽ അതൃപ്തനായ ബാപ്പുക്കണാരൻ വന്ന ദേഷ്യം അടക്കിക്കൊണ്ട് ചെക്കനഭിമുഖമായി നിൽക്കുന്നു.

സീൻ - ഒൻപത്.

തങ്ങളുടെ വീട് -
ഊണു മുറി - രാവിലെ
മധ്യദൂരദൃശ്യം

പൂക്കോയതങ്ങളുടെ വീടിന്റെ മുൻവശത്തെ നീണ്ട വിശാലമായ മുറിയുടെ ഒരു വശത്ത് ഉയരത്തിൽ കെട്ടിയിരിക്കുന്ന തിണ്ണയിൽ പ്രഭാതഭക്ഷണത്തിനായി തങ്ങൾ ഇരിക്കുന്നു. പല പാത്രങ്ങളിലായി പ്രഭാതഭക്ഷണം എടുത്തുവച്ചിരിക്കുന്നു. ഒരു കോപ്പയിൽ കറിയുമായി തങ്ങളുടെ അടുത്തേക്ക് നടന്നുവരുന്ന ഗർഭിണിയായ ആറ്റബീവി ഒരു തവികൊണ്ട് കറി തങ്ങളുടെ മുൻപിലിരിക്കുന്ന പാത്രത്തിലേക്ക് വിളമ്പിയതിനുശേഷം തങ്ങളുടെ അടുത്തായി തിണ്ണയുടെ മറു

വശത്ത് ഇരിക്കുന്നു. ഭക്ഷണം കഴിച്ചുതുടങ്ങുന്നതിനിടയിൽ തങ്ങൾ ആറ്റബീവിയോട് ചോദിക്കുന്നു:

പല്ലുതേച്ച് മന്ത്രിച്ചവെള്ളം കുടിച്ചോ?

അലക്ഷ്യമായി ആറ്റബീവി പറയുന്നു:

ഓ.

സ്നേഹത്തോടെ ആറ്റബീവിയെനോക്കിക്കൊണ്ട് തങ്ങൾ പറയുന്നു:

എന്നാലെന്തേലും കഴിക്ക്. വയറുകാളണ്ട.

ഒട്ടും ഉത്സാഹമില്ലാതെ ആറ്റബീവി പറയുന്നു:

നിങ്ങളുകഴിച്ചോളി.

താൻ കഴിച്ചോണ്ടിരുന്നതിൽനിന്നും കുറച്ചാഹാരമെടുത്ത് ആറ്റയുടെ നേർക്ക് നീട്ടിക്കൊണ്ട് വാത്സല്യത്തോടെ തങ്ങൾ പറയുന്നു:

അതൊന്നും പറ്റില്ല. ഇപ്പം ഇഞ്ഞി ഒരാൾക്കുമാത്രം പോരല്ലോ. ഉം കഴിക്ക്.

തങ്ങളുടെ കൈ പിടിച്ചുമാറ്റിക്കൊണ്ട് ആറ്റപറയുന്നു.

മാണ്ട. പെരട്ടി വരും. പയ്യെ കഴിച്ചോളാം.

സമീപമധ്യദൃശ്യം

തങ്ങൾ നിർബന്ധിക്കുന്നു:

നൊയമ്പിന്റെ കാലം വരണതല്ലേയൊള്ളൂ. നിനക്കെന്താ ഇപ്പഴേ തൊടങ്ങിയോ.

വീണ്ടും ആറ്റയുടെ നേർക്ക് കൈയിലിരുന്ന ആഹാരം നീട്ടിക്കൊണ്ട് വാത്സല്യത്തോടെ തങ്ങൾ പറയുന്നു:

ഉം. ഇതുകഴിക്ക്.

മധ്യസമീപദൃശ്യം

ഇതിനിടയിൽ ഭക്ഷണമുറിയുടെ വാതിലിനു പുറത്തുകൂടി വരുന്ന ബാപ്പുക്കണാരനെ കണ്ട ആറ്റബീവി തങ്ങളെ തടഞ്ഞുകൊണ്ട് പറയുന്നു

മതിയാക്കിങ്ങടെ ഒരു ശൃംഗാരം. ദേ ബാപ്പുക്കണാരൻ വരുന്നു.

സമീപമധ്യദൃശ്യം

ഭക്ഷണവുമായി ആറ്റബീവിയുടെ നേർക്ക് നീട്ടിയ കൈ പിൻവലിച്ചുകൊണ്ട് ഒന്നും സംഭവിച്ചില്ല എന്ന മട്ടിൽ ബാപ്പുക്കണാരനെ നോക്കി ഗൗരവത്തിൽ ചോദിക്കുന്നു:

ഉം ഓളെന്തെങ്കിലും പറഞ്ഞോടാ കണാരാ?

മധ്യസമീപദൃശ്യം

തങ്ങളുടെ ശ്രദ്ധ പിടിച്ചുപറ്റാനായി തന്റെ മുഖം വാതിലിന്റെ പാളിക്കിടയിലൂടെ അകത്തേക്ക് നോക്കിക്കൊണ്ട് തങ്ങളുടെ ചോദ്യത്തിന് മറുപടി പറയാതെ കണാരൻ പറയുന്നു:

ഓക്ക് പള്ളേലൊണ്ട്.

സമീപദൃശ്യം

പശ്ചാത്തല സംഗീതം തുടങ്ങുന്നു. അത്ഭുതഭാവത്തിൽ തങ്ങൾ ചോദിക്കുന്നു:

അതെങ്ങനെ നീയറിഞ്ഞു. ഓളു പറഞ്ഞതാണോ?

മധ്യസമീപദൃശ്യം

രഹസ്യം കണ്ടുപിടിച്ച ഭാവത്തിൽ കണാരൻ പറയുന്നു:

ഏയ് ഓളൊന്നും പറഞ്ഞില്ല. പരത്തിപ്പേറ്റച്ചി വയറു തടവിനോക്കി പറഞ്ഞതാ.

മധ്യദൃശ്യം

ഭക്ഷണം കഴിക്കുന്നതിനിടയിൽ കണാരനെ കളിയാക്കിക്കൊണ്ട് തങ്ങൾ പറയുന്നു:

പോയത്തരം പറയാതെ. വയറ്റേതപ്പിനോക്കിയാ കെർപ്പം ഒണ്ടോന്ന് നോക്കണെ.

ആറ്റബീവി തന്റെ തലയിൽക്കിടന്ന തട്ടനൊതുക്കിക്കൊണ്ട് പുറത്തേക്കുവന്ന ചിരി അമർത്തുന്നു.

മധ്യദൃശ്യം

ഭക്ഷണം കഴിച്ചുകൊണ്ടിരിക്കുന്ന തങ്ങളുടെ അടുത്തിരിക്കുന്ന ആറ്റബീവിയുടെ പിന്നിൽനിന്നുള്ള ദൃശ്യത്തിൽ ജനാലയുടെ അടുത്തായി തിണ്ണയിൽ നിൽക്കുന്ന ബാപ്പുക്കണാരനേയും കാണാം. ആത്മവിശ്വാസത്തോടെ കണാരൻ പറയുന്നു:

പരത്തിക്ക് തെറ്റൂല്ല.

ഭക്ഷണം കഴിക്കുന്നതിനിടയിൽ ദേഷ്യത്തോടെ തങ്ങൾ പറയുന്നു:

അതിനെന്നാ ചെകുത്താനെ, വയറ്റിലൊണ്ടേലോളു പെറട്ടെ. പേറെടുക്കാനീനാട്ടിലാളില്ലാതായിട്ടില്ലല്ലോ.

എന്നിട്ട് തങ്ങൾ സമാധാനമായിട്ട് കണാരനോട് ചോദിക്കുന്നു:

കണാരാ. നീ ഓളോട് ചോദിച്ചോ?

വിഷമത്തോടെ കണാരൻ പറയുന്നു:

ഇല്ല ഒക്കെപ്പഴും കരച്ചിലാ. പേരുപോലും പറയണില്ല.

കണാരനെ സമാധാനിപ്പിച്ചുകൊണ്ട് തങ്ങൾ പറയുന്നു:

നീ ബേജാറാവാതെ. ഇപ്പം പൊരേലേക്ക് ചെല്ല്. ഓളോട് വിശേഷങ്ങള്ളു ചോയിക്കാൻ ഞാനങ്ങോട്ടു വരാം.

സീൻ - പത്ത്.

ബാപ്പുക്കണാരന്റെ വീടിന്റെ മുൻവശം - വൈകുന്നേരം മധ്യസമീപദൃശ്യം

കസേരയിലിരിക്കുന്ന തങ്ങൾ ചെറുപ്പക്കാരിയോട് ചോദിക്കുന്നു:

ഇനി ഇന്റെ പേരു ഞങ്ങളോടു പറ.

മധ്യദൃശ്യം

നീലി തലതാഴ്ത്തിനിൽക്കുന്നതല്ലാതെ ഒന്നും മിണ്ടുന്നില്ല. അടുത്തുനിൽക്കുന്ന പൊക്കി അവളെ പ്രോത്സാഹിപ്പിക്കുന്നു.

പറ മോളെ. തങ്ങളു വലിയ ദേഷ്യക്കാരനാ. വേഗമങ്ങ് പറഞ്ഞൂട്.

മധ്യദൃശ്യം

വാതിൽപ്പടിക്കകത്തുനിന്നുള്ള ദൃശ്യത്തിൽ വാതിലിനുപുറത്തായി തിണ്ണയിൽ മുഖാമുഖം നിൽക്കുന്ന നീലിയേയും പൊക്കിയേയും നോക്കിയിരിക്കുന്ന തങ്ങളേയും കാണാം. തങ്ങളവളെ ആശ്വസിപ്പിച്ചുകൊണ്ട് പറയുന്നു:

ഇനിക്ക് സഹായത്തിനു ഞങ്ങളൊണ്ട്. നീ ഇന്റെ പേരു പറ.

ഒരു നിമിഷത്തിനുശേഷം ചെറുപ്പക്കാരി ശബ്ദം താഴ്ത്തി പറയുന്നു.

നീലി.

ഉച്ചത്തിൽ ചിരിച്ചുകൊണ്ട് തങ്ങൾ പറയുന്നു:

പഷ്ട് പേര്. എനക്ക് പെരുത്ത് പിടിച്ചു. ഇന്റെ കെട്ട്യോനെവിടെ.

മധ്യസമീപദൃശ്യം

ചെറുപ്പക്കാരി തലതാഴ്ത്തി നിൽക്കുന്നതല്ലാതെ ഒന്നും മിണ്ടുന്നില്ല.

ദൂരദൃശ്യം

ചെറുപ്പക്കാരിയെ സൂക്ഷിച്ചുനോക്കിക്കൊണ്ട് തങ്ങൾ ചോദിക്കുന്നു:

കെട്ട്യോനില്ലാതെയാ പള്ളേലുണ്ടാവുക. നേരുപറഞ്ഞോ. നിന്റെ വയറ്റിലൊള്ളതാരടെയാ?

നീലി പൊട്ടിക്കരയുന്നു. നീലിയെ സമാധാനിപ്പിച്ചുകൊണ്ട് പൊക്കി പറയുന്നു:

നേരു പറഞ്ഞോ. തങ്ങളൊരു വഴിയുണ്ടാക്കും.

കരച്ചിലടക്കിക്കൊണ്ട് നീലി പറയുന്നു:

പോലീസുകാരുപിടിച്ചോണ്ടു പോയി.

നീലിയെ സൂക്ഷിച്ചു നോക്കിക്കൊണ്ട് തങ്ങൾ ചോദിക്കുന്നു:

കള്ളനാ.

തങ്ങളെ ദയനീയമായി നോക്കിക്കൊണ്ട് നീലി പറയുന്നു:

അല്ല.

കൗതുകത്തോടെ തങ്ങൾ ചോദിക്കുന്നു

പിന്നെ

അൽപ്പം ആലോചിച്ചശേഷം നീലി പറയുന്നു:

നക്സലാ.

നീലിയെ സൂക്ഷിച്ചുനോക്കിക്കൊണ്ട് അർഥംവച്ച് തങ്ങൾ പറയുന്നു:

അപ്പം കൊല്ലുംകൊലേമൊക്കെയുണ്ടല്ലേ?

മധ്യസമീപദൃശ്യം

അയാളെ ന്യായീകരിച്ചുകൊണ്ട് നീലി പറയുന്നു.

അയ്യൊ ആളുപാവമാ. പോലീസുകാരു കള്ളക്കേ സൊണ്ടാക്കിയതാ.

മധ്യദൂരദൃശ്യം

നീലിയെ ഭയപ്പെടുത്താനായി തങ്ങൾ പറയുന്നു:

അതൊക്കെ നീ ബെറുതെ പറയണതല്ലെ. പോലീസുകാരുടെ കയ്യിക്കിട്ടിയാലത്തെ കാര്യം അറിയാല്ലൊ. ഉരുട്ടിക്കൊലേടെ കാലമല്ലെ.

നീലിയുടെ ഭാവമാറ്റം കണ്ട തങ്ങൾ അവളെ സമാധാനിപ്പിച്ചുകൊണ്ട് പറയുന്നു:

നീ ബേജാറാവേണ്ട. ഞാനൊന്വേഷിക്കട്ടെ.

എന്നിട്ട് തിരിഞ്ഞ് അദ്രുമാനോട് പറയുന്നു:

എടാ അദ്രുമാനേ. നീ ഇവളെ ഇവടെ വീട്ടിക്കൊണ്ടാക്ക്. എന്തേലും എതിർപ്പു പറഞ്ഞാ എന്റെ പേരു പറ.

തങ്ങളോട് നീലി കേണപേക്ഷിക്കുന്നു:

എന്നെ വിടല്ലേ. ഓരെന്നേം എന്റെ പള്ളേലൊള്ളേനേം കൊല്ലും. എന്നെ അങ്ങോട്ട് പറഞ്ഞയക്കല്ലേ.

ഒരു നിമിഷം ആലോചിച്ചുനിന്ന തങ്ങൾ കണാരനോട് പറയുന്നു:

കണാരാ ഓളിവിടെത്തന്നെ നിക്കട്ടെ. നീയാ അലമേലു വൈദ്യത്തീടടുത്തിവളെ കൊണ്ടുപോയി കാണിക്ക്. ഞാൻ പറഞ്ഞുവിട്ടതാന്നു പറഞ്ഞാ മതി.

സീൻ - പതിനൊന്ന്.

തങ്ങളുടെ വീട് - കിടപ്പുമുറി - രാത്രി - മധ്യദൃശ്യത്തിൽനിന്നും മധ്യദൂരദൃശ്യത്തിലേക്ക്.

കിടപ്പുമുറിയിലെ കട്ടിലിന്റെ അരികിലായി നിലത്ത് മുട്ടുകുത്തിയിരുന്ന് ആറ്റബീവി നിസ്കരിക്കുന്നു. മുറിയിലേക്ക് കയറിവന്ന തങ്ങൾ തലയിലെ കെട്ടഴിച്ച് അയയിൽ തൂക്കുന്നു. നിസ്കാരം പൂർത്തിയാക്കി എണീക്കുന്ന ആറ്റബീവി ദേഷ്യത്തോടെ തങ്ങളോട് ചോദിക്കുന്നു:

കണ്ട പെണ്ണുങ്ങടെയെല്ലാം കെർപ്പം താങ്ങലാ ഇങ്ങക്ക് പണി.

ഇട്ടിരിക്കുന്ന കുപ്പായത്തിന്റെ കൈയിലെ കുരുക്കഴിക്കുന്നതിനിടയിൽ ആറ്റയെ സമാധാനിപ്പിച്ചുകൊണ്ട് തങ്ങൾ പറയുന്നു:

വലിയതങ്ങടെ ജാറത്തിലടിമ കിടന്നകൊണ്ടല്ലേ. നമ്മളല്ലാതീ നാട്ടിപ്പിന്നവൾക്കാരാ.

തങ്ങളുടെ സഹാനുഭൂതിയിൽ വലിയ മതിപ്പ് തോന്നാത്തതിനാൽ പരിഭവത്തോടെ ആറ്റ പറയുന്നു:

അടിമകിടക്കണോരെയൊക്കെ പോറ്റാൻ തൊടങ്ങിയാപ്പിന്നെ വെച്ചും വെളമ്പീം അകത്തൊള്ളോരു പൊറുതിമുട്ടുമല്ലോന്റെ റബ്ബേ.

മധ്യദൃശ്യം

പൊട്ടിച്ചിരിച്ചുകൊണ്ട് ആറ്റയെ സമാധാനിപ്പിക്കാനായി അടുത്തേക്ക് തിരിഞ്ഞുകൊണ്ട് തങ്ങൾപറയുന്നു.

വയറ്റിലൊള്ള പെണ്ണായതുകൊണ്ടല്ലേ. അതും കെട്ടിയോനില്ലാതെ.

പരിഹാസത്തോടെ ആറ്റ പറയുന്നു:

ഉം എന്താ ഓളു തേവിടിശ്ശിയാ.

വലിയ വിശ്വാസമില്ലാതെ തങ്ങൾ പറയുന്നു:

ഏയ്.

വിഷയം മാറ്റാനായി പെട്ടെന്നെന്തോ ഓർത്തിട്ടെന്നപോലെ തങ്ങൾ ആറ്റയോട് ചോദിക്കുന്നു:

കണാരന്റെ വീട്ടിൽ കറമൂസമരമുണ്ടോ? എനിക്കോർമ്മ വരണില്ല.

തലയിലെ നിസ്കാരവസ്ത്രം അഴിക്കുന്നതിനിടയിൽ പരിഹാസത്തോടെ ആറ്റ പറയുന്നു:

വീട്ടിലിരിക്കണോരിക്കാ അതൊക്കെ അറിക. അതുമിതുമാലോചിക്കാതിപ്പം കിടന്നുറങ്ങാൻ നോക്ക്.

മധ്യദൃശ്യം

കുപ്പായത്തിന്റെ കൈയിലെ കുരുക്കഴിക്കുന്നതിനിടയിൽ അതീവ ഗുരുതരമായ ഒരു കാര്യമെന്നപോലെ തങ്ങൾ സ്വയം പറയുന്നു:

കറമൂസകഴിച്ചാൽ ഗർപ്പം അലസും. പൊക്കിയതെ ങ്ങാൻ കറി വക്കുമോ എന്തോ.

ഓാരെതെങ്ങാനും ആ പെണ്ണിനു കഴിക്കാൻ കൊടുത്താൽ. ശ്ശെടാ. അക്കാര്യം കണാരനോട് പറയാൻ വിട്ടുപോയി.

മധ്യദൂരദൃശ്യം

കട്ടിലിന്റെ ഒരുവശത്തിട്ടിരിക്കുന്ന മേശയുടെ പുറത്ത് വച്ചി രിക്കുന്ന ടോർച്ചിനു നേരെ തിരിഞ്ഞ തങ്ങൾ ടോർച്ചെടുത്ത് കൈവെള്ളയിലടിച്ച് പ്രകാശം പരിശോധിക്കുന്നു. പിന്നെ പെട്ടെന്ന് മുറിയുടെ പുറത്തേക്ക് നടക്കുന്നു. അതിനിടയിൽ ആറ്റയോട് പറയുന്നു:

നീ കെടന്നോ. ഞാനിപ്പവരാം. അദ്രുമാനെ കണാ രന്റെ വീട്ടിലേക്കയക്കാം. താമസിച്ചാൽ കുഴപ്പാവും.

ആറ്റബീവി ദേഷ്യത്തോടെ തലയിലെ നിസ്കാരവസ്ത്രം അഴിച്ച് കട്ടിലിലേക്കെറിയുന്നു. എന്നിട്ട് ശരീരത്തിൽ ഇട്ടി രിക്കുന്ന നിസ്കാരക്കോട്ട് അഴിച്ചുമാറ്റാൻ തുടങ്ങുന്നു.

സീൻ - പന്ത്രണ്ട്.

തങ്ങളുടെ വീട് - മുൻവശത്തെ അദ്രുമാന്റെ കിടപ്പുമുറി - രാത്രി ദൂരദൃശ്യത്തിൽനിന്നും മധ്യദൂരദൃശ്യത്തിലേക്ക്

ഇറയത്തെ സിമന്റിട്ട തറയിൽ നിക്കറും കുപ്പായവും ധരിച്ച അദ്രുമാൻ കൂർക്കംവലിച്ച് കിടന്നുറങ്ങുന്നു. മുകളിലത്തെ കിടപ്പുമുറിയിൽ നിന്ന് ടോർച്ചും മിന്നിച്ചുകൊണ്ട് പടികളി റങ്ങി മുൻവശത്തെ ഇറയത്തേക്ക് വരുന്ന തങ്ങൾ ജനാല യുടെ പാളി തുറന്ന് പുറത്തേക്ക് ടോർച്ചു മിന്നിച്ചുകൊണ്ട് അദ്രുമാനെ വിളിച്ചുണർത്താൻ ശ്രമിക്കുന്നു. തങ്ങൾ സ്നേഹത്തോടെ വിളിക്കുന്നു:

എടാ അദ്രുമാനെ. നീ കെടന്നുറക്കായോ.

വിളിച്ചിട്ടുണരാത്തതിൽ ക്ഷുഭിതനായ തങ്ങൾ ശബ്ദമു യർത്തി വിളിക്കുന്നു.

എടാ നായെ.

ഖാക്കി നിക്കറും ഖാക്കി ഷർട്ടും ധരിച്ച അദ്രുമാൻ ഉറക്കം ഞെട്ടി ഉണർന്നെണീറ്റ് കൈയിൽ നിന്ന് വഴുതിവീണു തറ യിൽ കിടന്ന കുറുവടിയും എടുത്ത് ധൃതിയിൽ താഴേക്കോ ടിയിറങ്ങിവന്ന് തങ്ങളുടെ മുന്നിൽ ഓച്ഛാനിച്ച് നിൽക്കുന്നു:

അവനോട് തങ്ങൾ പറയുന്നു:

ഞ്ഞി ഒരു കാര്യം ചെയ്യ്. ബാപ്പുക്കണാരന്റെ പെരബരെ ബേഗം ചെല്ല്. എന്നിട്ടോനോടൊരു കാര്യം പറ, കറമൂസ കറിവച്ചിട്ടുണ്ടേലിപ്പം വന്നാപെണ്ണിനു കൊടുക്കണ്ടാന്ന് ഞാൻ പറഞ്ഞയച്ചൂന്ന്.

മിഴിച്ചു നിൽക്കുന്ന അദ്രുമാനോട് തങ്ങൾ ചോദിക്കുന്നു:

എടാ അനക്ക് തിരിഞ്ഞോ.

തങ്ങളെനോക്കി അന്ധാളിച്ച് നിൽക്കുന്ന അദ്രുമാന്റെ വായിൽ നിന്നും അറിയാതെ വരുന്നു:

ഹില്ല.

മധ്യസമീപദൃശ്യം

അദ്രുമാന്റെ പിന്നിൽ നിന്നുള്ള തങ്ങളുടെ ദൃശ്യം

തങ്ങൾ വിശദീകരിക്കുന്നു.

എടാ ചെകുത്താനെ ഇമ്മളൊരുപെണ്ണിനെ ബാപ്പുക്കണാരന്റെ പെരേലാക്കിയില്ലെ. ഓക്ക് വയറ്റിലൊണ്ട്. എന്തുണ്ട്?

സമീപദൃശ്യം

അദ്രുമാൻ വാപൊളിച്ചു നിൽക്കുന്നു. എന്നിട്ട് അറിയാതെ നാണത്തോടെ പറയുന്നു:

കെർപ്പം.

മധ്യസമീപദൃശ്യം

അദ്രുമാനു വിവരം ഉണ്ടെന്നമട്ടിൽ തങ്ങൾ തുടർന്ന് പറയുന്നു:

ആ അതന്നെ.. കറമൂസ തിന്നാ കെർപ്പം അലസിപ്പോവില്ലേ. അതോണ്ട് ആ പെണ്ണിനു കറമൂസ പച്ചക്കോ കറിവച്ചോ കൊടുക്കണ്ടാന്ന് ഞാൻ പറഞ്ഞയച്ചൂന്ന് കണാരനോട് പറ.

ഒരുനിമിഷത്തിനുശേഷം തങ്ങൾ ചോദിക്കുന്നു:

തിരിഞ്ഞോ അനക്ക്.

സീൻ - പതിമൂന്ന്.

ബാപ്പുക്കണാരന്റെ വീടിന്റെ മുൻവശം - രാത്രി
മധ്യദൂരദൃശ്യം

അരണ്ട വെളിച്ചത്തിൽ ഖാക്കി നിക്കറും ഖാക്കി കുപ്പായവും ധരിച്ച് കൈയിൽ ഒരു കുറുവടിയുമായി നടന്നുകയറിവരുന്ന അദ്രുമാനും പിന്നിലായി നടന്നുവരുന്ന മുക്രി എറമുള്ളാനും അടഞ്ഞുകിടക്കുന്ന ബാപ്പുക്കണാരന്റെ വീടിന്റെ മുൻവശത്തെ തിണ്ണയിലേക്ക് കയറിനിന്ന് മുൻവാതിലിൽ കൈകൊണ്ട് തട്ടി ശബ്ദമുണ്ടാക്കുന്നു. അകത്തുനിന്നൊരു സ്ത്രീ ശബ്ദമുയർത്തി വിളിച്ചു ചോദിക്കുന്നു:

ആരാ.

അതിനുമറുപടി പറയാതെ അദ്രുമാൻ വിളിച്ചു ചോദിക്കുന്നു:

കണാരേട്ടനൊറങ്ങിയോ. ഒരു സംഗതി പറയാനൊണ്ട്. വേഗം വാതിലുതൊറക്ക്.

ഇതിനിടയിൽ വാതിലുതുറന്ന് തിണ്ണയിലേക്കിറങ്ങിവന്ന് പകുതിചാരിയ വാതിലിനരികിലായി നിൽക്കുന്ന ലുങ്കിയും ബ്ലൗസും ധരിച്ച ചടച്ച് മധ്യവയസ്കയായ പൊക്കി നീരസത്തോടെ ചോദിക്കുന്നു:

എന്താ?

അവളുടെ ചോദ്യം ഇഷ്ടപ്പെടാതെ എറമുള്ളാൻ അധികാരസ്വരത്തിൽ പറയുന്നു.

ഞ്ഞി പോയി കണാരനെ വിളിക്ക്.

കൂസലില്ലാതെ പൊക്കി നിസ്സംഗതയോടെ പറയുന്നു:

മൂപ്പരൊറക്കാ. എറാക്കിന്റെ കെട്ടുവിടാതിനി എണീപ്പിക്കാന്ന് വിചാരിക്കണ്ട. വന്ന സംഗതി പറ.

മധ്യദൃശ്യം

പൊക്കി മയപ്പെടുന്നില്ലെന്നു കണ്ട അദ്രുമാൻ ഒരുവിധം പറഞ്ഞൊപ്പിക്കുന്നു:

പുതുതായി ബന്ന പെണ്ണിനു കറമൂസ കൊടുക്കല്ലെ. നിങ്ങളോട് പറയാൻ തങ്ങളു പറഞ്ഞയച്ചതാ. കൊടുത്താ കെർപ്പം പോകും. എന്നാ ഞാളുപോട്ടെ.

എന്നിട്ട് ഇരുവരും തിരിച്ചു നടക്കുന്നു.

സീൻ - പതിനാല്.

തങ്ങളുടെ വീട് - മുൻവശത്തെ വരാന്ത- രാത്രി മധ്യദൂരദൃശ്യം

മുന്നിൽ അദ്രുമാനും, തന്റെ കൈയിൽ പിടിച്ചിരിക്കുന്ന കത്തിച്ച ചൂട്ട് ഇടയ്ക്കിടയ്ക്ക് മിന്നിച്ചുകൊണ്ട് എറമുള്ളാൻ പിന്നിലുമായി തങ്ങളുടെ വീടിന്റെ മുന്നിലെ പടികൾ കയറി നടന്നുപോകുന്നു. അദ്രുമാൻ കിടക്കാനായി തന്റെ മുറിയിലേക്ക് നടന്നുപോകുന്നതുനോക്കിനിൽക്കുന്ന എറമുള്ളാൻ തന്റെ കൈയിലിരുന്ന ചൂട്ട് മിന്നിച്ചുകൊണ്ട് തിരിച്ചു നടക്കുന്നു. തിരിഞ്ഞുനടക്കുന്നതിനിടയിൽ എറമുള്ളാൻ പറയുന്നു.

നാൻ പോണു.

സീൻ - പതിനാല് (എ).

തങ്ങളുടെ വീട് - മുൻവശത്തെ അദ്രുമാന്റെ കിടപ്പുമുറി - രാത്രി സമീപമധ്യദൃശ്യത്തിൽനിന്നും ദൂരദൃശ്യത്തിലേക്ക്

തങ്ങളുടെ വീടിന്റെ മുൻവശത്തെ തിണ്ണയുടെ ഒരരികിലായി ഉയരത്തിൽ കെട്ടി ഉണ്ടാക്കിയിട്ടുള്ള അരമതിലിലെ തന്റെ കിടപ്പിടത്തിലേക്ക് സ്വതഃസിദ്ധമായ കുസൃതിയോടെ തിണ്ണയ്ക്ക് പിന്തിരിഞ്ഞ് നിന്ന് അതിന്റെ മുകളിലേക്ക് ചാടി അദ്രുമാൻ ഇരിക്കുന്നു. താൻ എന്തിന്റെയോ പുറത്താണിരുന്നതെന്ന് മനസിലാവുന്ന അദ്രുമാൻ ഭയത്തോടെ നിലവിളിക്കുന്നു.

അയ്യോ!

ക്ഷണനേരം കൊണ്ട് നിലത്തുനിന്ന് ഉയർന്നെണീക്കുന്ന ഏതാണ്ടിരുപത്തിയഞ്ച് വയസ്സ് തോന്നിക്കുന്ന മുണ്ടും കുപ്പായവും ധരിച്ച കടൈശിപ്പാത്തു എന്ന സ്ത്രീ അദ്രുമാന്റെ മൂക്കുംവായും അടച്ചുപിടിച്ച് ശബ്ദം പുറത്തുവരാതാക്കുന്നു. ശ്വാസം കിട്ടാതെ വിഷമിക്കുന്ന അദ്രുമാനോട് കടൈശിപ്പാത്തു പറയുന്നു:

ഒച്ചയുണ്ടാക്കി ആളെ എണീപ്പിക്കാതെ. ഇതു ഞാനാ ഇങ്ങോട്ട് കെടക്ക്.

അദ്രുമാനെ കടൈശിപ്പാത്തു തന്റെ കൈകൊണ്ട് ചുറ്റിപ്പിടിച്ച് തന്നോട് ചേർത്ത് നിലത്ത് കിടത്തുന്നു. എന്നിട്ട് അദ്രുമാന്റെ കൈയിലിരുന്ന വടി ബലമായി പിടിച്ചെടുത്ത് ദൂരേക്കെറിയുന്നു. സംഗീതം തുടങ്ങുന്നു.

മധ്യദൂരദൃശ്യം

വടി ദൂരേക്കെറിഞ്ഞശേഷം കടൈശിപ്പാത്തു അദ്രുമാന്റെ മുഖത്തും മാറത്തും തന്റെ കൈകൊണ്ട് സ്നേഹത്തോടെ തലോടുന്നു. അതിൽ ഉന്മത്തനായ അദ്രുമാൻ തിരിഞ്ഞ് കടൈശിപ്പാത്തുവിനഭിമുഖമായി കിടന്ന് അവളെ കെട്ടിപ്പിടിക്കുന്നു. കടൈശിപ്പാത്തു അവനെ തന്നോട് ചേർത്ത് പിടിച്ച് കെട്ടിവരിയുന്നു.

മധ്യദൃശ്യം

ഇതിനിടയിൽ ബാപ്പുക്കണാരന്റെ വീട്ടിൽ പോയ അദ്രുമാൻ തിരിച്ചെത്തിയോന്നറിയാനായി ടോർച്ചും മിന്നിച്ച് അദ്രുമാൻ കിടക്കുന്ന സ്ഥലത്തേക്ക് തങ്ങൾ ഗോവണി ഇറങ്ങി വരുന്നു. ഗോവണിപ്പടിയിൽ നിന്നുകൊണ്ട് തങ്ങൾ ചോദിക്കുന്നു:

എടാ അദ്രുമാനെ നീ പോയിപ്പറഞ്ഞോടാ.

അദ്രുമാനിൽ നിന്നും മറുപടിയൊന്നും കേൾക്കാത്തതിൽ അസ്വസ്ഥനായ തങ്ങൾ അദ്രുമാൻ കിടക്കുന്നിടത്തേക്ക് ടോർച്ചടിച്ച് നോക്കുന്നു.

മധ്യദൂരദൃശ്യം

ടോർച്ചിന്റെ വെളിച്ചം അടിച്ചതും തന്നോട് ചേർത്തുപിടിച്ച് കിടത്തിയിരുന്ന അദ്രുമാനെ ശക്തിയോടെ തള്ളിമാറ്റിക്കൊണ്ട് കടൈശിപ്പാത്തു കിടക്കപ്പായിൽനിന്ന് പിടഞ്ഞെണീക്കുന്നു.

സമീപമധ്യദൃശ്യം

ജാള്യത്തോടെ കടൈശിപ്പാത്തു എണീറ്റ് നിൽക്കുന്നു. അവളുടെ മുഖത്ത് ടോർച്ചിന്റെ പ്രകാശം വീണുകിടക്കുന്നു.

മധ്യദൃശ്യം

ടോർച്ച് അടിച്ച് കടൈശിപ്പാത്തുവിനെ അടിമുടി നോക്കിയ ശേഷം തങ്ങൾ അവളോട് പറയുന്നു:

കടൈശിപ്പാത്തു പോയിക്കെടന്നൊറങ്ങ്. രാവിലെ യെണീറ്റടുക്കള പണിയൊള്ളതല്ലേ.

സമീപമധ്യദൃശ്യം

പാത്തു തലതാഴ്ത്തി തങ്ങളുടെ കൺമുന്നിൽനിന്നും രക്ഷ പ്പെടാനായി ധൃതിയിൽ നടന്നുപോകുന്നു.

മധ്യദൂരദൃശ്യം

പരിഭ്രമത്തോടെ തിണ്ണയിൽനിന്നും താഴേക്കിറങ്ങി കടൈ ശിപ്പാത്തു നടന്നുപോകുന്നു. ഭയത്തോടും നാണത്തോടും അദ്രുമാൻ പമ്മിപ്പമ്മി എണീറ്റ് കൈയുംകെട്ടി നിൽക്കുന്നു.

മധ്യദൃശ്യം

തങ്ങൾ അവൾ പോകുന്നത് നോക്കിനിന്നശേഷം തിരിഞ്ഞ് അദ്രുമാനോട് പറയുന്നു:

നാളെ നിന്റെ നിക്കാഹാ.

സമീപമധ്യദൃശ്യം

അദ്രുമാൻ മിഴിച്ചു നിൽക്കുന്നു.

മധ്യദൃശ്യം

തിരിഞ്ഞ് നടക്കുന്നതിനിടയിൽ തങ്ങൾ തുടർന്ന് പറയുന്നു:

വ്യപിചാരം ഞമ്മക്കിഷ്ടല്ല.

സീൻ - പതിനഞ്ച്.

തങ്ങളുടെ വീട് - കടൈശിപ്പാത്തുവിന്റെ കിടപ്പുമുറി - രാത്രി
മധ്യദൂരദൃശ്യം

അദ്രുമാനും പാത്തുവും നിലത്തുവിരിച്ച പായയിൽ കിട ന്നുറങ്ങുന്നു. ഉറക്കത്തിൽ നിന്നും ഞെട്ടിയുണർന്ന അദ്രു മാൻ പായയിലെണീറ്റിരുന്ന് പാത്തുവിനോട് പറയുന്നു:

ആടെങ്ങാനും ന്റെ കുയിരേനെക്കണ്ടോ?

ഉറക്കമുണർന്ന പാത്തു ഉറക്കച്ചടവോടെ പായയിൽ കിടന്നുകൊണ്ട് കൈമുട്ട് കുത്തി പാതി എണീറ്റിരുന്ന് അദ്രുമാനെ സമാധാനിപ്പിക്കാനായി പറയുന്നു:

നിങ്ങടെ കുതിര ശത്തുപോയില്ലെ. ഇനീം കുതിരേന്നുമ്പറഞ്ഞുകരയാതെ കിടന്നുറങ്ങ്.

വിശ്വാസം വരാതെ അദ്രുമാൻ വീണ്ടും ചോദിക്കുന്നു:

എന്റെ കുതിര ശത്തോ?

ഉറക്കം കെടുത്തിയതിലുള്ള ദേഷ്യം അടക്കിക്കൊണ്ട് പായയിൽ എണീറ്റിരിക്കുന്ന കടൈശിപ്പാത്തു പറയുന്നു:

ആ... അതു ശത്തുപോയി. നിങ്ങളല്ലേ അതിനെക്കൊണ്ടെക്കളഞ്ഞത്.

ദൂരദൃശ്യം

കടൈശിപ്പാത്തു തുടർന്നു പറയുന്നു:

കിടന്നുറങ്ങാൻ നോക്ക്.

പായയിൽ എണീറ്റിരിക്കുന്ന അദ്രുമാൻ പാത്തുവിനോട് പറയുന്നു:

നാൻ പോകുകാ. എനിക്കെന്റെ കുയിരേനെ കാണണം.

അദ്രുമാൻ എണീറ്റ് അയയിൽ കിടന്ന ഷർട്ടെടുത്ത് തോളത്തിട്ട് ഭിത്തിയിൽ ചാരിവച്ചിരുന്ന വടിയുമെടുത്ത് വാതിലു തുറന്ന് പുറത്തേക്കിറങ്ങുന്നു.

മധ്യദൂരദൃശ്യം

അദ്രുമാൻ പുറത്തേക്ക് നടന്നു മറയുന്നു. സംഗീതം തുടങ്ങുന്നു. പാതിരാവിൽ കിടപ്പുമുറിയിൽനിന്നും എണീറ്റ് പോകുന്ന അദ്രുമാനെ നോക്കിയിരിക്കുന്ന കടൈശിപ്പാത്തു നിരാശയോടെ പായയിൽനിന്നും എണീറ്റ് വാതിൽക്കലേക്ക് നടന്നുവന്ന് പുറത്തേക്ക് നോക്കി, നോക്കിനിന്നുകൊണ്ട് സങ്കടത്തോടും ദേഷ്യത്തോടും സ്വയം പറയുന്നു:

പൊ ഏതുജന്നത്തിലെങ്കിലും പോ.

അവൾ അകത്തുനിന്ന് വാതിലടച്ച് കുറ്റിയിടുന്നു.

സീൻ - പതിനാറ്. **തങ്ങളുടെ വീട് - കുളിമുറി - പകൽ മധ്യദൂരദൃശ്യം**

സംഗീതം തുടങ്ങുന്നു. ഏഴുമാസം തികയുന്ന ദിവസത്തിലെ ചരടുകെട്ടാഘോഷത്തിനു കുളിച്ചു തയാറാവാനായി കുളിമുറിയിലിട്ടിരിക്കുന്ന തടികൊണ്ടുള്ള ഉയരംകുറഞ്ഞ ഇരിപ്പിടത്തിൽ ആറ്റബീവി ഇരിക്കുന്നു. കുളിമുറിയിലെ അയയിൽ വസ്ത്രങ്ങളും കരയുള്ള തോർത്തും കിടക്കുന്നു. തിളപ്പിച്ചാറ്റിയ വെള്ളം നിറച്ച ചെമ്പുപാത്രവുമായി തുറന്നുകിടക്കുന്ന വാതിലിലൂടെ ആറ്റബീവി ഇരിക്കുന്നിടത്തേക്ക് കടന്നുവന്ന കദൈശിപ്പാത്തു നിലത്ത് വച്ചിരിക്കുന്ന പാത്രത്തിലേക്ക് വെള്ളം ഒഴിച്ചിട്ട് പാത്രം നിലത്ത് വയ്ക്കുന്നു. എന്നിട്ട് കുളിമുറിയുടെ വാതിലടച്ചശേഷം നിലത്ത് വച്ചിരുന്ന എണ്ണപ്പാത്രത്തിൽ നിന്ന് അൽപ്പം എണ്ണ കൈവെള്ളയിൽ പുരട്ടിയ ശേഷം അത് ആറ്റബീവിയുടെ തലയിൽ തേച്ച് പിടിപ്പിക്കുന്നു. എന്നിട്ട് ചെറുചൂടുള്ള വെള്ളം ചെറിയ പാത്രം കൊണ്ട് മുക്കിയെടുത്ത് ആറ്റബീവിയുടെ ദേഹത്തൊഴിച്ച് കുളിപ്പിക്കുന്നു.

സീൻ - പതിനാറ് (എ). **തങ്ങളുടെ വീട് - മുറി - പകൽ മധ്യദൂരദൃശ്യം**

കുളികഴിഞ്ഞ് പുതുവസ്ത്രങ്ങളണിഞ്ഞ് കട്ടിലിൽ ഇരിക്കുന്ന ആറ്റബീവിയുടെ ചുറ്റും നടന്ന് അവരുടെ കഴുത്തിലും കൈകളിലും കദൈശിപ്പാത്തു ആഭരണങ്ങൾ അണിയിച്ചുകൊണ്ട് അതിന്റെ ഭംഗിനോക്കി ആസ്വദിക്കുന്നു.

സീൻ - പതിനേഴ്. **തങ്ങളുടെവീട് - അകത്തളം - പകൽ ദൂരദൃശ്യം**

കുളികഴിഞ്ഞ് പുതുവസ്ത്രങ്ങളണിഞ്ഞ ആറ്റബീവി തളത്തിൽ ഇരിക്കുന്നു. ആറ്റബീവിയുടെ ഇരുവശവുമായി സ്ത്രീകൾ ഇരിക്കുന്നു. ആറ്റബീവിയുടെ ഒരുവശത്തായി ഇരിക്കുന്ന കദൈശിപ്പാത്തു ആറ്റബീവിയുടെ കൈയിൽ മൈലാഞ്ചി ഇടുന്നു. ഇതിനിടയിൽ ചട്ടുകത്തിൽ ആവി പറക്കുന്ന നെയ്യപ്പവുമായി കറുത്ത ബുർഖ ധരിച്ച കദീശ

കടന്നുവന്ന് ചട്ടുകം ഉയർത്തിക്കാട്ടി നെയ്യപ്പം എല്ലാവരേയും കാണിക്കുന്നു. ആറ്റബീവിക്കു ചുറ്റുമിരിക്കുന്ന സ്ത്രീകൾ ചട്ടുകത്തിലെ നെയ്യപ്പത്തിൽ സസൂക്ഷ്മം നോക്കുന്നു.

മധ്യസമീപദൃശ്യം

ക്ഷമകെട്ട കടൈശിപ്പാത്തു നെയ്യപ്പത്തിലേക്ക് സൂക്ഷിച്ചു നോക്കുന്ന ഒരു സ്ത്രീയോട് പറയുന്നു:

നെയ്യപ്പത്തേലിങ്ങനെ നോക്കിയിരുന്നാ മതിയോന്റി ച്ചാച്ചാ. ആറ്റബീന്റെ പള്ളേലൊള്ളതാണോ പെണ്ണോ ന്ന് ബേഗം പറ. എന്നിട്ടുവേണം പൊറത്താണുങ്ങ ളോട് പറയാൻ. ഓറവടെ സുപ്രയിടാൻ തെരക്കു കൂട്ടുന്നൊണ്ട്.

ദൂരദൃശ്യം

സ്ത്രീ നെയ്യപ്പത്തിൽ സൂക്ഷിച്ചുനോക്കിക്കൊണ്ട് സംശയം കൂടാതെ പറയുന്നു:

ഇതു പെണ്ണാ.

കടൈശിപ്പാത്തു സന്തോഷത്തോടെ ഉച്ചത്തിൽ പറയുന്നു.

പെണ്ണ്.

സീൻ - പതിനേഴ് (എ).

തങ്ങളുടെ വീട് - മുകളിലത്തെ വിശാലമായ മുറി - പകൽ
ദൂരദൃശ്യം

മുകളിലത്തെ വിശാലമായ സ്വീകരണമുറിയിലെ കസേര യിൽ തങ്ങൾ പ്രതീക്ഷയോടെ ഇരിക്കുന്നു. അസ്വസ്ഥനായ ഇബ്രായി മുറിയിൽ ഉലാത്തുന്നു. തങ്ങളിരിക്കുന്ന കസേര യുടെ ഇരുവശവുമായിട്ടിരിക്കുന്ന ഇരിപ്പിടങ്ങളിൽ രണ്ടുമൂ ന്നുപേരിരിക്കുന്നു. ഇതിനിടെ ഗോവണിപ്പടികയറി മുകളി ലേക്ക് വന്ന കടൈശിപ്പാത്തു എല്ലാവരോടുമായി ഉച്ചത്തിൽ വിളിച്ചു പറയുന്നു.

പെണ്ണ്.

ഉടൻതന്നെ ഇബ്രായി തങ്ങൾക്ക് ചുറ്റുമായി നടന്നുകൊണ്ട് നൃത്തം ചെയ്ത് പാടുന്നു.

നറുനിലാപൂമോളല്ലേ...

മുറിക്കുള്ളിലിരുന്നവരും ഇബ്രായിയുടെ കൂടെ ചേരുന്നു.

സീൻ - പതിനേഴ് (ബി). **തങ്ങളുടെ വീട് - അകത്തളം - പകൽ**
മധ്യദൂരദൃശ്യം

ആറ്റബീവിക്കു ചുറ്റും സ്ത്രീകൾ ഇരിക്കുന്നു. മുകളിലത്തെ നിലയിൽനിന്നും ആണുങ്ങളുടെ പാട്ട് തുടർന്നും കേൾക്കാം.

മധുവർണ്ണ പൂവല്ലേ മധുരപ്പതിനേഴല്ലെ,

കൈയിൽ ചെറിയ അത്തറിന്റെ കുപ്പിയുമായി ആറ്റബീവിയുടെ അടുത്തേക്ക് വരുന്ന കടൈശിപ്പാത്തു അത്തറിന്റെ കുപ്പി തുറന്ന് അത്തർ വിരലിൽ എടുത്ത് ആറ്റബീവിയുടെ ദേഹത്ത് പുരട്ടുന്നു. എന്നിട്ട് അവിടിരിക്കുന്ന മറ്റ് സ്ത്രീകളുടെ കുപ്പായത്തിൽ പുരട്ടാൻ തുടങ്ങുന്നതിനിടയിൽ ഗോവണിപ്പടിയിറങ്ങിവരുന്ന തങ്ങളുടെ കാലൊച്ച കേട്ട കടൈശിപ്പാത്തു തിരിഞ്ഞ് അങ്ങോട്ട് നോക്കിനിൽക്കുന്നു. തങ്ങളുടെ കുപ്പായത്തിൽ അത്തർപുരട്ടാൻ തുടങ്ങുന്ന പാത്തുവിനെ തടഞ്ഞുകൊണ്ട് തങ്ങൾ ചോദിക്കുന്നു:

നീലി വന്നില്ലെ?

പാത്തു പറയുന്നു:

ഓളു ബരുന്നേയുള്ളൂ. പോക്കിം കൂടൊണ്ട്.

പാത്തൂനോട് തങ്ങൾ പറയുന്നു:

ഓൾടെ കാര്യത്തിലൊരു കൊറവുബേണ്ട.

ഇതിനിടെ കടൈശിപ്പാത്തുവിന്റെ കൈയിൽ നിന്നും അത്തറിന്റെ കുപ്പിയും വാങ്ങി ഗോവണിപ്പടിനടന്ന് കയറാൻ തുടങ്ങുന്ന തങ്ങളോട് പാത്തുപറയുന്നു:

നിക്കിൻ.

തങ്ങൾ തിരിഞ്ഞ് നിൽക്കുന്നു. പാത്തു തുടർന്നു മടിച്ചു മടിച്ച് പറയുന്നു:

പയിക്കുന്ന്

എല്ലാവരോടുമായി തങ്ങൾ പറയുന്നു:

എന്നാപ്പിന്നെ സുപ്ര ഇട്.

ഇതും പറഞ്ഞ് തങ്ങൾ ഗോവണിപ്പടി കയറി നടന്നു പോകുന്നു.

സീൻ - പതിനെട്ട്.

തങ്ങളുടെ വീട് - വീടിനു മുൻവശത്തെ വരാന്ത - പകൽ ദൂരദൃശ്യത്തിൽനിന്ന് മധ്യദൂരദൃശ്യത്തിലേക്ക്

മുറ്റത്തുനിന്നും വീടിന്റെ ഇറയത്തേക്ക് കയറിവന്ന കണാരനും പൊക്കിയും നീലിയും ഇറയത്ത് നിൽക്കുന്ന തങ്ങ

ളെക്കണ്ട് ഭവ്യതയോടെ ഒതുങ്ങി നിൽക്കുന്നു. പൊക്കിയുടെ പിന്നിലായി പതുങ്ങി നിൽക്കുന്ന നീലിയോട് തങ്ങൾ ചോദിക്കുന്നു:

എന്താ ഇത്ര താമസിച്ചേ. പയിക്കുന്നില്ലേ? മാണ്ട്യതെന്താന്നുവച്ചാ വാങ്ങി കഴിച്ചോ.

എന്നിട്ടു നീലിയോട് ചോദിക്കുന്നു:

വൈദ്യത്തിയെ കാണാറുണ്ടോ?

പൊക്കി പറയുന്നു:

ഉണ്ടേ...

തങ്ങൾ നീലിയോട് തുടർന്നു പറയുന്നു:

പറയണപോലെ കേട്ടോണം.

മധ്യദൃശ്യം

എന്നിട്ട് കണാരനോട് പറയുന്നു:

ഒന്നിനും ഒരു കുറവും വരുത്തരുത്. കേട്ടോ കണാരാ.

മധ്യദൂരദൃശ്യം

കണാരൻ ഭവ്യതയോടെ മൂളുന്നു.

ഓ

അവർക്ക് പോകാൻ അനുവാദം കൊടുത്തുകൊണ്ട് തങ്ങൾ പറയുന്നു:

എന്നാ ഇപ്പം ചെല്ല്.

പൊയ്ക്കോളാൻ തങ്ങളിൽ നിന്നനുവാദം കിട്ടേണ്ട താമസം കണാരൻ മുന്നോട്ട് നടക്കുന്നു. കണാരന്റെ പിന്നാലെ വരാന്തയിലൂടെ നടന്നുപോകുന്ന പൊക്കിയെയും നീലിയെയും തങ്ങളുടെ പിന്നിൽ നിന്നുള്ള ദൃശ്യത്തിൽ കാണാം. അവർ പോയശേഷം തങ്ങൾ ക്യാമറക്കഭിമുഖമായി വീടിനു മുൻവശത്തെ വിശാലമായ തിണ്ണയിലൂടെ നടന്നുവന്ന് വിശാലമായ തിണ്ണയുടെ ഒരറ്റത്തായി ഭിത്തിയുടെ അടുത്ത് നിൽക്കുന്ന നമ്പ്യാരുടെ അടുത്തേക്ക് വരുന്നു. നമ്പ്യാരുടെ ഒരുവശത്തായി മുക്രി എറമുള്ളാനും അദ്രുമാനും നിൽക്കുന്നു. നമ്പിയാർ തങ്ങളോട് ചോദിക്കുന്നു:

എന്തിനാ ഈ എടങ്ങേറെല്ലാം വലിച്ച് വക്കണെ. ഊരും ജാതീമൊന്നുമറിയാത്തപെണ്ണാ. നാളെ പുലിവാലാകേണ്ടാന്നുവിചാരിച്ചു പറയണതാ.

അയാളെ നോക്കി തങ്ങൾ പറയുന്നു:

നിങ്ങളൊക്കെ ഇങ്ങനെ പറയാൻ തുടങ്ങിയാലോ. വലിയ തങ്ങളുടെ ജാറത്തിലേതൊക്കെ ജാതിക്കാരും ഭാഷക്കാരുമാ വരുന്നെ. വല്ലോരും വിളിച്ചിട്ടാണോ അന്വേഷിച്ചുപിടിച്ചിവിടെ വരണെ. പിന്നിവളാണെ ഗർഭക്കാരിത്തീം. ആയുസ്സുണ്ടെ കെടക്കെട്ടെ. വയലിലും പറമ്പത്തും പണിക്കാളും വേണ്ടെ.

സീൻ - പത്തൊൻപത്. **തങ്ങളുടെ വീട് - അകത്തളം - പകൽ**

മധ്യദൃശ്യം

ജനാലയ്ക്കു പുറത്ത് കടൈശിപ്പാത്തുവിനഭിമുഖമായി ഇബ്രായി നിൽക്കുന്നു. കടൈശിപ്പാത്തുവിന്റെ ഒരു വശത്തായി നിൽക്കുന്ന ആറ്റബീവിയെ നാം കാണുന്നില്ല. എന്നാൽ അവരെ നോക്കി ലോഹ്യത്തിനായി ഇബ്രായി പറയുന്നു:

ഇതത്തറിന്റെ കുപ്പികളാ. പോരുമ്പം കൊണ്ടോന്നു.

മധ്യദൃശ്യം

പ്രത്യേകിച്ച് ഭാവഭേദമില്ലാതെ ആറ്റബീവി പറയുന്നു:

ഇതൊന്നും വേണ്ടീരുന്നില്ല.

എന്നിട്ട് ആറ്റബീവിക്കഭിമുഖമായി നിൽക്കുന്ന കടൈശിപ്പാത്തുവിനോട് പറയുന്നു:

പാത്തു അതൊക്കെ വാങ്ങി വക്ക്.

സമീപ മധ്യദൃശ്യം

കുപ്പികൾ പാത്തുവിനെ ഏൽപ്പിക്കുന്നതിനിടയിൽ ഇബ്രായി പറയുന്നു:

നാളെത്തന്നെ പോണം.

സമീപ മധ്യദൃശ്യം

ഇബ്രായി തുടർന്നു പറയുന്നു:

ഒരുപാട് പണീണ്ടവിടെ.

ആറ്റ ചോദിക്കുന്നു:

ആടെ സുഖാണോ?

സമീപ മധ്യദൃശ്യം

പരാതിയോടെ ഇബ്രായി പറയുന്നു:

നല്ലകാലോക്കെപോയി. ഇപ്പോക്കെ പുതുപ്പണക്കാരാ. ഷേക്കുമാരും മാറി. പഴേ മെച്ചമൊന്നുമില്ല. എന്നാലും ബിസിനസല്ലേന്നു വിചാരിച്ച് തുടരുകാ.

മധ്യദൂരദൃശ്യം

ആറ്റ ഒന്നും പറയാതെ നിൽക്കുന്നു. ഇബ്രായി തുടർന്നു പറയുന്നു.

എന്നാ ഞാനിറങ്ങട്ടെ.

സീൻ - ഇരുപത്.

തങ്ങളുടെ വീട് - കിടപ്പുമുറി - രാത്രി
മധ്യദൃശ്യത്തിൽനിന്ന് മധ്യദൂരദൃശ്യത്തിലേക്ക്

കിടപ്പുമുറിയിലേക്ക് കടന്നുവന്ന തങ്ങൾ തലയിൽ കെട്ടിയിരുന്ന തലപ്പാവഴിച്ച് ഭിത്തിയിലെ കൊളുത്തിൽ തൂക്കിയിട്ടശേഷം കട്ടിലിൽ ഉറങ്ങാതെ കിടക്കുന്ന ആറ്റബീവിയുടെ അടുത്തുവന്നിരുന്ന് ആറ്റയെ സ്നേഹത്തോടെ തഴുകിക്കൊണ്ട് ചോദിക്കുന്നു:

ക്ഷീണിച്ചോ.

തങ്ങളോടു ചേർന്നുകിടക്കുന്നതിന്റെ സുഖം അനുഭവിച്ചുകൊണ്ട് ക്ഷീണിച്ച സ്വരത്തിൽ ആറ്റബീവി പറയുന്നു:

ഇരിക്കുമ്പളാ പ്രയാസം. നിക്കുവോ നടക്കുവോ ആണേലത്ര ഇല്ല.

ആറ്റയെ സമാധാനിപ്പിച്ചുകൊണ്ട് തങ്ങൾപറയുന്നു:

കെടക്കാനും സമയം കിട്ടിയില്ലല്ലോ, അതാ അങ്ങനെ അതും കഴിഞ്ഞു.

അമ്പലക്കമ്മിറ്റിക്കാർക്കാഹാരോക്കെ ഇഷ്ടായീന്നാ പറഞ്ഞെ. ഓർടെ കാര്യായിരുന്നെനിക്ക് പേടി. പച്ചക്കറിയല്ലേ ഓർക്ക്പറ്റൂ. ഇബ്രായി വന്നോണ്ടെനിക്കൊരു സഹായായി.

സമീപമധ്യദൃശ്യം

പെട്ടെന്നോർത്തപോലെ ആറ്റപറയുന്നു:

ഇന്നെന്നെ കാണാൻ ഇബ്രായി വന്നീനി. വേണ്ടാന്ന് പറഞ്ഞിട്ടും കുറെ അത്തറിന്റെ കുപ്പികൾ കടൈശിപ്പാത്തൂനെ ഏൽപ്പിച്ചിട്ടാപോയേ.

മധ്യസമീപ ദൃശ്യം

ചെറിയ ഒരു ചിരിയോടെ തങ്ങൾ പറയുന്നു:

സേവ പിടിക്കാനാവും. ഓനവിടെന്തൊക്കെയോ കൊഴപ്പം ഒപ്പിച്ചുവച്ചിട്ടുണ്ട്. ഷേഖിന്റെ ആൾക്കാരെന്റടുത്ത് ബന്നിരുന്ന്. ഓരെ ഞാൻ സമാധാനിപ്പിച്ചുവിട്ടിട്ടുണ്ട്. ഓന്റവിടംവരെ പോണ്ടിബരുവോന്നോ.

മധ്യദൂരദൃശ്യം

എന്തോ ആലോചിച്ചുകൊണ്ട് തങ്ങൾ പറയുന്നു:

കാലാണേലത്ര നല്ലതല്ല.

സംഗീതം തുടങ്ങുന്നു. തങ്ങളുടെ കൈയിൽ ബലമായി പിടിച്ചുകൊണ്ട് ആറ്റബീവി പറയുന്നു:

പോണ്ട. പിന്നെനിക്കിബിടാരാ.

ആറ്റയെ സമാധാനിപ്പിച്ചുകൊണ്ട് തങ്ങൾ പറയുന്നു:

പകലുമുഴുവനുമങ്ങോട്ടുമിങ്ങോട്ടും നടന്ന് ക്ഷീണിച്ചതല്ലേ. അതുമിതുമാലോചിച്ച് ഉറക്കം കളയണ്ട. സമാധാനായിട്ടിപ്പം കിറന്നുറങ്ങ്. കൂടെ ഞാനുണ്ടല്ലോ.

സീൻ - ഇരുപത്തി ഒന്ന്.

നാട്ടുമ്പുറത്തെ ചായക്കട - ഉൾവശം - പകൽ
മധ്യദൂരദൃശ്യം

ചായക്കടയിലെ ബെഞ്ചിലിരിക്കുന്ന മുക്രി എറമുള്ളാൻ അടുപ്പിലേക്ക് കുനിഞ്ഞുനിന്ന് തീ ഊതിക്കത്തിക്കുന്ന ചായക്കടക്കാരനോട് പറയുന്നു:

ഒരു ചായ

തീ ഊതിക്കത്തിക്കുന്നതിനിടയിൽ തല ഉയർത്തി ചായക്കടക്കാരൻ പറയുന്നു:

വെള്ളമൊന്നു പതച്ചോട്ടെ.

എന്നിട്ട് വീണ്ടും തല അടുപ്പിലേക്ക് കുനിച്ചു തീ ഊതിക്കത്തിക്കാൻ തുടങ്ങുന്നു. ഇതിനിടയിൽ ചായക്കടയിലേക്കു

കയറി വന്ന അദ്രുമാൻ ചായക്കടക്കാരനും എറമുള്ളാനും മധ്യത്തിലായി വാതിൽപ്പടിയിൽ ഇരുന്നുകൊണ്ട് എറമുള്ളാനോടു പറയുന്നു.

എറമുള്ളാനിക്കാ, നാനെത്തിപ്പോയി.

തന്റെ അടുത്ത് വാതിൽപ്പടിയിൽ വന്നിരിക്കുന്ന അദ്രുമാനെനോക്കി ശപിച്ചുകൊണ്ട് മുക്രി എറുമുള്ളാൻ പറയുന്നു:

എന്തിനാ ചെകുത്താനെ നീ ഈടെ വന്നത്. ആരേലും അന്നെ ബിളിച്ചോ.

അവശതയോടെ അദ്രുമാൻ പറയുന്നു:

നാൻ കുദിരേനെ നോക്കി നടന്നതാ. എങ്ങും കണ്ടില്ല. നടന്നു നടന്നു തളന്ന്.

വാതിൽപ്പടിയിൽ ഇരിക്കുന്ന അദ്രുമാൻ തിരിഞ്ഞ് എറമുള്ളാന്റെ അടുത്തേക്ക് നീങ്ങിയിരുന്നുകൊണ്ട് എറമുള്ളാനോട് കെഞ്ചുന്നു:

എറമുള്ളാനിക്കാ എനിക്കൂടൊരു ചായ മേടിച്ചു താ.

മനസില്ലാമനസോടെ എറമുള്ളാൻ ചായക്കടക്കാരനോട് പറയുന്നു:

രണ്ടു ചായ.

മധ്യദൃശ്യം

സന്തോഷത്തോടെ ചായക്കടക്കാരൻ നിൽക്കുന്നതിടത്തേക്ക് മാറിയിരിക്കുന്ന അദ്രുമാൻ ചായക്കായി കാത്തിരിക്കുന്നു. ഇതിനിടയിൽ വാതിൽപ്പടിയുടെ അടുത്തേക്ക് വന്നുനിന്ന ചായക്കടക്കാരൻ അദ്രുമാനെ കളിയാക്കിക്കൊണ്ട് പറയുന്നു:

അദ്രുമാനിപ്പഴെന്നാ ഒരു കൊറവ്. മംഗലം കഴിച്ചതിലും കോളടിച്ചില്ലേ. രണ്ട് വീടന്മാരും ഒരു കെർപ്പ വെറുതേം.

ചായക്കടക്കാരന്റെ അർഥംവച്ചുള്ള പറച്ചിലിഷ്ടപ്പെടാതെ ദേഷ്യത്തോടെ അയാളെ നോക്കിക്കൊണ്ട് അദ്രുമാൻ പറയുന്നു:

അയിനിപ്പം നനാരടെ കെർപ്പാം ഒമ്പതരക്കണ്ണോതാങ്ങണെ.

അടുപ്പിന്റടുത്തേക്ക് നടക്കാൻ തുടങ്ങിയ ചായക്കടക്കാരൻ തിരിഞ്ഞുനിന്നുകൊണ്ട് അദ്രുമാനെ കൊച്ചാക്കിക്കൊണ്ട് ചോദിക്കുന്നു:

പിന്നാ കണാരന്റടുത്തു നിക്കണോൾക്കാരാ കെർപ്പം ഒണ്ടാക്കിയെ. നീയോ അതോ തങ്ങളോ?

മധ്യദൂരദൃശ്യം

തങ്ങളെപ്പറ്റി ചീത്ത വർത്തമാനം പറഞ്ഞതിഷ്ടപ്പെടാത്ത മുക്രി എറമുള്ളാൻ ചായക്കടക്കാരനോട് ചോദിക്കുന്നു:

അതിനിപ്പം ഇങ്ങളെന്തിനാ തങ്ങളെക്കൊണ്ട് പറയുന്നെ. വലിയതങ്ങടെ ജാറത്തിലടിമകിടക്കണതാരായാലും ഓരെ സഹായിക്കണതറക്കത്തങ്ങമ്മാരടെ പതിവാ. അതാ ഓളെ കണാരന്റെ പൊരേലാക്കിയെ. കെർപ്പാന്നറിഞ്ഞത് പിന്നെയല്ലെ.

സീൻ - ഇരുപത്തിരണ്ട്.

**തങ്ങളുടെ വീട് - വരാന്ത-
വൈകുന്നേരം
മധ്യദൂരദൃശ്യം**

പൂർണഗർഭിണിയായ ആറ്റബീവി വരാന്തയിലൂടെ നടക്കുന്നു. ആറ്റബീവിയുടെ കൂടെ കടൈശിപ്പാത്തുവും ഉണ്ട്. നടക്കുന്നതിനിടയിൽ കടൈശിപ്പാത്തു പറയുന്നു:

പഴെ തുണികളുണ്ടേ കൊടുക്കണെന്ന് ബീവിയോട് പറയാൻ പൊക്കി പറഞ്ഞു. ആ വന്ന പെണ്ണിനും മാസാടുത്തിരിക്കുവല്ലെ. അതാ പൊക്കിക്ക് വെപ്രാളം.

നടക്കുന്നതിനിടയിൽ അത്ര താൽപ്പര്യമില്ലാതെ ആറ്റബീവി ചോദിക്കുന്നു:

ഓളെ നോക്കിയാരും ഇതുവരെ വന്നില്ലേ?

ഉപേക്ഷമട്ടിൽ പാത്തു പറയുന്നു:

ആരു വരാനാ. ഒണ്ടാരുന്ന ഒരുത്തനെ പൊലീസ് പിടിച്ചോണ്ട് പോയന്നല്ലെ ഓളു പറയണെ.

പിന്നെ ചോദിച്ചാലും ഒന്നും പറയുകേല.

മധ്യദൂരദൃശ്യം

തിരിഞ്ഞുനടക്കുന്നതിനിടയിൽ അൽപ്പസമയത്തിനുശേഷം ആറ്റബീവി പറയുന്നു:

എണ്ണയോ കൊഴമ്പോ തുണിയോ എന്താന്നുവച്ചാ കൊടുക്ക്. ഓശാരംന്നും പറഞ്ഞോരോരുത്തരെന്തൊക്കെയാ കൊണ്ടുപോകണെ. പിന്നിത് പൊക്കീടേം കൂടിക്കാര്യല്ലെ. ഓർക്കും ബീട്ടി നല്ല പുത്തിമുട്ട് കാ

ണും. ഓാറു നയിച്ചൊണ്ടക്കണോണ്ടുവേണ്ടെ കയി ഞ്ഞൂടാൻ.

ആറ്റബീവിയെ പിന്താങ്ങിക്കൊണ്ട് പാത്തു പറയുന്നു:

എല്ലാത്തിനുംകൂടി പൊക്കി ഒരാളല്ലെയുള്ളൂ. അതാ ഓളു നേരത്തെ പറയണെ.

മധ്യദൂരദൃശ്യം

നടക്കുന്നതിനിടയിൽ തിരിഞ്ഞുനടക്കാൻ ആറ്റബീവിയെ സഹായിക്കാനായി മുന്നോട്ടുവന്ന പാത്തുവിനെ നോക്കി നിന്നുകൊണ്ട് ആറ്റബീവി ചോദിക്കുന്നു.

ഇനിക്കിതൊന്നും ബേണ്ടെ.

അൽപ്പം നിരാശയോടെ പാത്തു പറയുന്നു:

വിതിച്ചിട്ടില്ലാരിക്കും. അല്ലേലാപിരാന്തനു ലാത്തിരി മുഴുവനും ശത്ത കുതിരേനം അമ്പേഷിച്ചു നട ക്കണോ.

സീൻ - ഇരുപത്തിമൂന്ന്.

തങ്ങളുടെ വീട് - കടൈശിപ്പാത്തുവിന്റെ കിടപ്പുമുറി - രാത്രി ദൂരദൃശ്യം

മുറിയിലെ നിലത്തുവിരിച്ച പായയിൽ കടൈശിപ്പാത്തു കിട ക്കുന്നു. പുറത്തുനിന്നു അകത്തേക്കു വീഴുന്ന അരണ്ടവെ ളിച്ചത്തിലാണ് നാമവളെ കാണുന്നത്. വാതിലിൽ മുട്ടുകേ ട്ടിട്ട് ഉറക്കം ഉണർന്ന പാത്തു പായയിൽ തിരിഞ്ഞുകിടന്നു കൊണ്ട് തലപൊക്കി വാതിലിനുനേരെ നോക്കിക്കൊണ്ട് ചോദിക്കുന്നു.

ആരാ?

പുറത്തുനിന്ന് അദ്രുമാന്റെ ശബ്ദം കേൾക്കാം.

ഇതുനാനാ.

സംഗീതം തുടങ്ങുന്നു. സന്തോഷത്തോടെ പാത്തു പായ യിൽ നിന്നെണീറ്റ് വാതിൽക്കലേക്കു ചെന്ന് പുറത്തേ ക്കുള്ള വാതിലിനടുത്ത് ഭിത്തിയിൽ ഘടിപ്പിച്ചിരിക്കുന്ന സ്വിച്ച് താഴേക്കാക്കുന്നു. മുറിയിൽ വെളിച്ചം പരക്കുന്നു. വാതിലുതുറന്നുകൊണ്ടവൾ അദ്രുമാനോട് പറയുന്നു

ബരിൻ.

വാതിലിനുപുറത്തുനിന്ന അദ്രുമാൻ തുറന്ന വാതിലിലൂടെ അകത്തേക്ക് കടന്നുവന്ന് നിലത്ത് വിരിച്ചിരിക്കുന്ന പായയിൽ ഇരുന്ന് തന്റെ കൈയിലിരുന്ന വടി പായയിൽ വച്ച് വിയർപ്പടക്കുന്നു. അദ്രുമാന് ആഹാരമെടുക്കാനായി പാത്തു അടുക്കളയിലേക്ക് പോകുന്നു.

മധ്യദൃശ്യം

പാത്തു ഒരു പിഞ്ഞാണത്തിൽ ചോറും കറിയുമായി തിരിച്ചുവന്ന് പിഞ്ഞാണം അദ്രുമാന്റെ മുന്നിലായി നിലത്ത് വച്ചിട്ട് സ്നേഹത്തോടെ അദ്രുമാനെ നോക്കി അവന്റെ അടുത്ത് ഉറക്കച്ചടവോടെ ഇരിക്കുന്നു.

സമീപമധ്യദൃശ്യം

ആർത്തിയോടെ അദ്രുമാൻ പിഞ്ഞാണത്തിലെ ചോറും കറികളും കഴിച്ചുതീർക്കുന്നു.

മധ്യസമീപദൃശ്യം

അദ്രുമാൻ പിഞ്ഞാണത്തിലെ ചോറും കറികളും കഴിച്ചുതീർക്കുന്നതുകണ്ടാസ്വദിക്കുന്ന പാത്തു.

സമീപമധ്യദൃശ്യം

വിരലിൽ പറ്റിപ്പിടിച്ച ആഹാരത്തിന്റെ അവശിഷ്ടങ്ങളുംകൂടി നക്കിത്തുടച്ച് അദ്രുമാൻ വയറ്റിലാക്കുന്നു.

മധ്യസമീപദൃശ്യം

അദ്രുമാന്റെ വിശപ്പടങ്ങിയില്ലെന്ന് സംശയം തോന്നിയ പാത്തു അവനോട് ചോദിക്കുന്നു:

ഇനി ബേണോ?

ദൂരദശ്യം

അദ്രുമാനൊന്നും പറയാതെ വിരലിൽ പറ്റിപ്പിടിച്ച ആഹാരത്തിന്റെ അവശിഷ്ടങ്ങളും കൂടി നക്കിത്തുടച്ചുകൊണ്ട് ഇരിക്കുന്നു. അദ്രുമാൻ ആഹാരംകഴിച്ച പിഞ്ഞാണമെടുത്തുകൊണ്ട് പാത്തു അകത്തേക്ക് പോകുന്നു.

അദ്രുമാൻ ആഹാരം കഴിച്ച പിഞ്ഞാണമെടുത്തുകൊണ്ടുപോയി അകത്തുവച്ചശേഷം അവനു കൈകഴുകാനുള്ള വെള്ളം ഒരു കിണ്ടിയിലും കഴുകിത്തുപ്പാൻ മറ്റൊരു പാത്രവുമായി തിരിച്ചുവരുന്ന പാത്തു തുപ്പാനുള്ള പാത്രം അദ്രുമാന്റെ മുഖത്തിനു താഴെ പിടിച്ചുകൊണ്ട് കിണ്ടിയിൽനിന്നും വെള്ളം പാത്രത്തിലേക്ക് കുറേശ്ശെ ഒഴിക്കുന്നു. പാത്രത്തിലേക്ക് വീഴുന്ന വെള്ളത്തിൽ അദ്രുമാൻ തന്റെ കൈകൾ കഴുകുകയും കുറച്ച് വെള്ളം കൈകളിൽ എടുത്ത് വായ

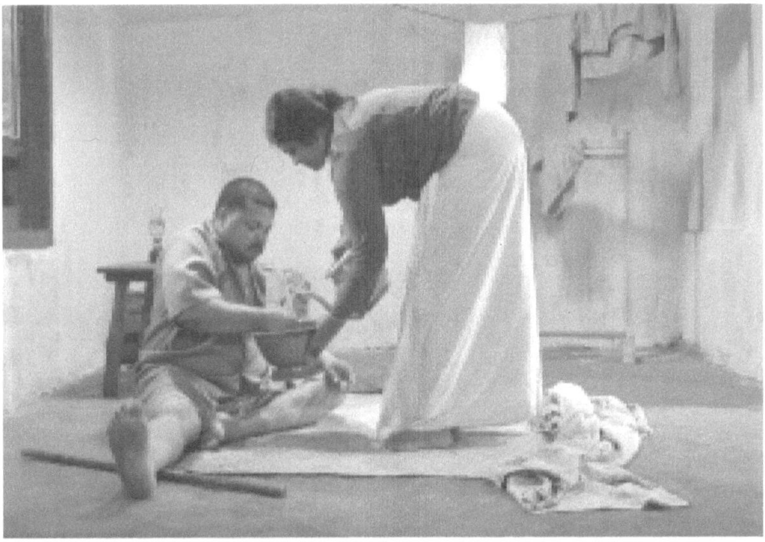

കഴുകി കുലുക്കുഴിഞ്ഞ് പാത്രത്തിലേക്ക് തുപ്പിയശേഷം നനഞ്ഞ കൈകൊണ്ട് ചുണ്ട് തുടയ്ക്കുകയും ചെയ്യുന്നു. വെള്ളം ഒഴിച്ചു കൊടുക്കുന്നതിനിടയിൽ പാത്തു അദ്രുമാനോട് പറയുന്നു.

ഇനി കെടന്നോ.

കിണ്ടിയും ചരുവവുമായി പാത്തു അകത്തേക്ക് പോകുന്നു. നിലത്ത് വിരിച്ചിരിക്കുന്ന പായയിലേക്ക് കൈയും കാലും നീട്ടിവച്ച് അദ്രുമാൻ കിടക്കുന്നു. ഏമ്പക്കംവിട്ടുകൊണ്ട് കിടക്കുന്ന അദ്രുമാൻ താമസിയാതെ കൂർക്കംവലിച്ചുറങ്ങുന്നു. അൽപ്പസമയത്തിനുശേഷം മുറിയിലേക്കുവന്ന പാത്തു പുറത്തേക്കുള്ളവാതിലടച്ചശേഷം വിളക്കുകെടുത്തി പായയിൽ അദ്രുമാന്റെ അടുത്തുവന്നിരുന്ന് പായയിൽകിടന്ന പുതപ്പെടുത്ത് അവനെപുതപ്പിച്ചശേഷം അവളും പുതപ്പിനകത്തേക്ക് ചുരുണ്ടുകയറി അദ്രുമാനോട് ചേർന്ന് പറ്റിപ്പിടിച്ച് കിടന്നുകൊണ്ട് അവന്റെ മാറത്ത് തന്റെ കൈ എടുത്തുവക്കുന്നു. ഒരുനിമിഷത്തിനുശേഷം പിടഞ്ഞെണീറ്റ് പായയിലിരിക്കുന്ന അദ്രുമാൻ പറയുന്നു:

വാതിലു തൊറക്ക്

പായയിൽ എണീറ്റിരുന്നുകൊണ്ട് പാത്തു ചോദിക്കുന്നു.

എന്താ?

സങ്കടത്തോടെ അദ്രുമാൻ പറയുന്നു:

പോണം.

പാത്തു ചോദിക്കുന്നു:

എങ്ങോട്ടാ.

അദ്രുമാൻ പറയുന്നു:

എന്റെ കുദിര

എന്നിട്ടദ്രുമാൻ തന്നെ പുതപ്പിച്ചിരുന്ന പുതപ്പ് തട്ടിമാറ്റിക്കൊണ്ടെണീക്കുന്നതിനിടയിൽ പാത്തുവിനോട് പറയുന്നു:

നാമ്പോണു.

നിലത്ത് പായയിൽ കിടന്ന തന്റെ വടിയുമെടുത്ത് അദ്രുമാൻ വാതിലുതറന്ന് പുറത്തേക്ക് പോകുന്നു. ദേഷ്യത്തോടും സങ്കടത്തോടും കൂടി പായയിൽ ഇരുന്ന് അദ്രുമാനെ ശപിച്ചുകൊണ്ട് പാത്തു പറയുന്നു:

ഞ്ഞി പോട്, പാതിരാക്കു വന്നിരിക്കണു പിരാന്തൻ.

എന്നിട്ടവൾ സങ്കടമടക്കി വിങ്ങിപ്പൊട്ടുന്നു.

സീൻ - ഇരുപത്തിനാല്.

തങ്ങളുടെ വീട് - കടപ്പുമുറി - പ്രഭാതം
മധ്യസമീപദൃശ്യത്തിൽനിന്നും മധ്യദൂരദൃശ്യത്തിലേക്ക്

കട്ടിലിൽ ചെരിഞ്ഞുകിടന്നുറങ്ങുന്ന തങ്ങൾ മുക്രി എറമുള്ളാന്റെ ബാങ്കുവിളികേട്ടുണരുന്നു. തങ്ങൾ അകത്തു കിടന്നുറങ്ങുന്ന ആറ്റബീവിയെ തട്ടിയുണർത്തിക്കൊണ്ട് പറയുന്നു:

ആറ്റേ ആറ്റേ എണീക്ക് സൊഹബി ബാങ്ക് കേക്കണില്ലെ.

ക്ഷീണിച്ച മുഖഭാവത്തോടെ ആറ്റ പതുക്കെ കണ്ണുതുറന്ന് തങ്ങളെ നോക്കുന്നു. പുതച്ചിരുന്ന പുതപ്പെടുത്തുമാറ്റി കട്ടിലിൽ നിന്നെണീക്കുന്നതിനിടയിൽ തങ്ങൾ സ്നേഹത്തോടെ ആറ്റബീവിയോട് പറയുന്നു:

പല്ലുതേച്ച് മന്ത്രിച്ചവെള്ളം കുടിക്ക്. ഞാൻ പള്ളീപ്പോയിട്ടുവരാം.

കട്ടിലിൽ നിന്നും എണീക്കുന്ന തങ്ങൾ ഉടുത്തിരുന്ന മുണ്ട് നേരാംവണ്ണം ചുറ്റി മുറിയുടെ പുറത്തേക്ക് നടക്കുന്നു. ആലസ്യത്തിൽ മൂരി നിവർന്നുകൊണ്ട് ആറ്റ കട്ടിലിൽ കിടക്കുന്നു.

സീൻ - ഇരുപത്തിയഞ്ച്.

തങ്ങളുടെ വീട് - മുറി - പകൽ
മദ്യദൂരദൃശ്യം

കസേരയിലിരിക്കുന്ന തങ്ങളുടെ മുന്നിലായി ഭിത്തിയോട് ചേർത്തിട്ടിരിക്കുന്ന ബെഞ്ചിൽ നമ്പ്യാരും മറ്റൊരു മധ്യവയസ്കനും ഇരിക്കുന്നു. മുന്നിലിരിക്കുന്നവരോട് തങ്ങൾ പറയുന്നു:

ഇങ്ങളുപിരിവിനു വരുമ്പഴാ ഒരു കൊല്ലം കഴിഞ്ഞൂന്ന് തിരിയണെ.

ഇനി ഒന്നു രണ്ടു ദെവസത്തേക്ക് അമ്പലപ്പറമ്പിലൊരൊ ച്ചേയനക്കോക്കെ കേക്കാല്ലോ. എന്തൊക്കെയൊ ഇത്തവ ണത്തെ പരിപാടികൾ.

വലിയ താൽപ്പര്യമില്ലാതെ നമ്പ്യാർ പറയുന്നു:

പഴേപോലൊന്നുമല്ല തങ്ങളെ കാര്യങ്ങളൊക്കെ. പരി പാടിയൊക്കെ പിള്ളേർ സെറ്റാ തീരുമാനിക്കണെ. നമുക്കുമതാ നല്ലത്. ചെലവിനുള്ള പണമൊക്കെ അവരു പിരിച്ചോളും. രസീതുകുറ്റീംകൊണ്ട് പോണ തല്ലാതിവിടെന്നു പിരിക്കാന്നു വച്ചാ നടക്കുകേല. തങ്ങളു കാണാറൊള്ളതല്ലെ ഞങ്ങളുകെടന്ന് നെട്ടോ ട്ടമോടാറൊള്ളത്. ഇവിടായോണ്ടാ ഞങ്ങളുവന്നെ.

കൂടെയിരുന്ന ആൾ പറയുന്നു:

ഇത്തവണ നിങ്ങടെ കൂട്ടുകാരിലും കൊറേപ്പേ രൊക്കെ മാറിനിക്കുവാ. പണ്ടൊക്കെ പിരിവിങ്ങോട്ടു കൊണ്ടെതന്നോണ്ടിരുന്നതാ. ഇപ്പ ഓർക്കീടേ ചെല മുറുമുറുക്കലൊക്കെയൊണ്ട്. തങ്ങളതൊന്ന് പറഞ്ഞ് സമാധാനിപ്പിക്കണം. ഘോഷയാത്രയൊക്കെ പോണ്ട തല്ലെ.

സമീപ മധ്യദൃശ്യം

മുന്നിലിരിക്കുന്നവരെ സമാധാനിപ്പിച്ചുകൊണ്ട് തങ്ങൾ പറ യുന്നു:

ഇങ്ങളെന്തിനാ കെടന്ന് ബേജാറാവണത്. ഇവെടെ പ്പഴാ കൊഴപ്പം ഉണ്ടായത്. ഇക്കണ്ടകാലൊക്കെ ആനേം എഴുന്നള്ളത്തും ഒക്കെ നടന്നില്ലേ. പിന്നെ ന്തിനാ ഇപ്പം പ്രശ്നാക്കണെത്

മധ്യദൂരദൃശ്യം

കാര്യങ്ങളുടെ കിടപ്പങ്ങനെയല്ലെന്ന് തങ്ങൾ മനസിലാക്കാ നായി നമ്പ്യാർ പറയുന്നു:

നിങ്ങളും രണ്ടാകാമ്പോണന്നൊക്കെ അവടേമിവെ ടേമിരുന്നോരോരുത്തരു പറയണകേട്ടകൊണ്ട് പറ ഞ്ഞൂന്നേയൊള്ളൂ. തങ്ങടെ പേരും അക്കൂട്ടത്തി ലൊണ്ട്.

സമീപമധ്യദൃശ്യം

അവരുടെയഭിപ്രായത്തോട് യോജിച്ചുകൊണ്ട് തങ്ങൾ പറ യുന്നു:

ഞങ്ങടെയെടേലും ചെല പ്രശ്നങ്ങളൊക്കെയൊണ്ട്. എന്നാലുമൊരാനക്കൊക്കെ ഇതുവഴി നടക്കാം, ആരും തടയൂല്ല... തടയണെ തീവണ്ടിയോ മറ്റോ തട യണം, അതാ അറക്കലെ രീതി.

മധസമീപദൃശ്യം

മധ്യവയസ്കൻ ചോദിക്കുന്നു:

തീവണ്ടി തടയുകയോ.

മധ്യദൂരദൃശ്യത്തിൽനിന്നും മധ്യസമീപദൃശ്യത്തിലേക്ക്

തങ്ങൾ ചോദിക്കുന്നു:

ആ തീവണ്ടി. എന്താ തീവണ്ടി തടഞ്ഞുകൂടേ. അ ക്കഥ ആറിയുവോ ഇങ്ങക്ക്. എന്നാ കേട്ടോ. അന്നി പ്പഴത്തേപ്പോലെല്ലാടത്തും തീവണ്ടി നിർത്തുകേല. കോയിക്കോട് ചെന്നിട്ടുവേണം വണ്ടികേറാൻ. കോയിക്കോട് പോണേലോ തലശ്ശേരീന്നുകേയീടെ ജട്ക വരുത്തണം. അന്നാണേലതൊട്ടവിടില്ലതാനും. വലിയ തങ്ങൾക്കാണേലത്യാവശ്യായിട്ട് സിങ്കപ്പൂരി ലെത്തുകേം വേണം. അന്നു പോയില്ലേലൊ പിന്നെ മൂന്നുമാസം കഴിഞ്ഞെ സിങ്കപ്പൂരിലേക്ക് കപ്പലൊ ള്ളൂ. വീട്ടുകാരും നാട്ടുകാരും ആലോചിച്ചു. ഒരാൾ തങ്ങളോട് ചോദിച്ചു:
എന്താ ഇക്കുറി പോണില്ലെ?

കൂസലില്ലാതെ തങ്ങൾപറഞ്ഞു:

ഞമ്മളു തീവണ്ടിക്ക് കോയിക്കോട്ടേക്ക് പോകും.

കേട്ടയാളമ്പരന്നുകൊണ്ട് പറഞ്ഞു:

തമാശയാക്കല്ലെ തങ്ങളെ

തങ്ങൾ ചിരിച്ചോണ്ട് പറഞ്ഞു:

എന്നാ ഇങ്ങളു നാളെക്കണ്ടോളിൻ.

തങ്ങളു പറഞ്ഞപോലെപറ്റിച്ചു. രാവിലെ വേലക്കാരേക്കൊണ്ട് വീട്ടുസാതനങ്ങളൊക്കെ എടുപ്പിച്ചോണ്ട് തീവണ്ടിപ്പാലത്തിന്റടുത്തേക്ക് നടന്നുചെന്നിട്ടവിടങ്ങനെ കണ്ണുമടച്ചോണ്ടുനിന്ന് മന്ത്രിച്ചു. ചീറിപ്പാഞ്ഞുപോകാറുള്ള തീവണ്ടിയന്ന് തങ്ങൾ നിന്നിടത്ത് വന്നുനിന്നു. അത്ഭുതത്തോടെ നോക്കിനിക്കണ വേലക്കാരോട് തങ്ങൾ പറഞ്ഞു:

എന്താ ശെയിത്താമ്മാരേ നോക്കിനിക്കണെ. വേഗം സാതനങ്ങളുകേറ്റിവക്ക്. വണ്ടിയിപ്പവിടും. സാതനങ്ങളുകേറ്റിവച്ചതും വണ്ടി വിട്ടു. അങ്ങനെയാ ഈടെ തീവണ്ടി നിർത്താൻ തൊടങ്ങിയതും തീവണ്ടിയാപ്പീസുണ്ടായതും.

വലിയതങ്ങളുടെ വീരസാഹസകഥ പറഞ്ഞതിലുള്ള സന്തോഷത്തോടെ തങ്ങൾ ചിരിച്ചുകൊണ്ടിരിക്കുന്നു.

സീൻ - ഇരുപത്തിയാറ്.

അമ്പലപ്പറമ്പ് - രാത്രി
മധ്യദൂരദൃശ്യത്തിൽനിന്നും ദൂരദൃശ്യത്തിലേക്ക്

അമ്പലത്തിന്റെ ഒരു വശത്തായി കെട്ടിയുണ്ടാക്കിയ കളിത്തട്ടിലിൽ നങ്ങ്യാർകൂത്ത് നടക്കുന്നു. വേദിയുടെ മുന്നിലായിട്ടിരിക്കുന്ന ബഞ്ചിൽ തങ്ങളും അടുത്തായി ആറ്റബീവിയും ഇരുന്ന് പരിപാടി കാണുന്നു. തങ്ങളുടെ തൊട്ടടുത്തായി നമ്പ്യാരും ഇരിപ്പുണ്ട്. പരിപാടി കണ്ടുകൊണ്ടിരിക്കുന്ന തങ്ങളോട് നമ്പ്യാർ പറയുന്നു:

ഒക്കെ സംസ്കൃതത്തിലാ. പിന്നെ കൈകൊണ്ടു കാണിക്കണ മുദ്രേം അറിയണം. മനസിലാക്കാൻ പ്രയാസാ.

തമാശരൂപത്തിൽ തങ്ങൾ പറയുന്നു:

അല്ലേലും മാപ്പീളമാർക്കെന്നാ മനസിലാവാനാ.

മധ്യദൂരദൃശ്യം

തങ്ങൾ തുടർന്നു പറയുന്നു:

നിങ്ങടെപുരാണത്തിലെ കതയൊക്കെ ഞമ്മക്ക് തിരിയുവോ! പക്ഷേങ്കിഞമ്മക്കൊരുകാര്യം പുടിച്ചു. ഈ പെമ്പ്രന്നോത്തീടൊരു കേമത്തം. ഈടൊള്ള കോലങ്ങളിലൊക്കെ ഞമ്മളാണുങ്ങടെ ബേഷല്ലെ കാണാറൊള്ളൂ. ഇതെനിക്കൊരു പുതുതാ. നമ്പ്യാരെ ഓളെ ഞമ്മക്കൊന്ന് പരിശയപ്പെടണം.

നമ്പ്യാർ കൗതുകത്തോടെ ചോദിക്കുന്നു:

അതിനെന്താ തങ്ങളേ

തങ്ങൾപറയുന്നു:

ഞമ്മടെ ബീവീന്റെ വയറ്റിക്കിടക്കണതൊരുപെണ്ണാ. ഓളെ ഞമ്മക്ക് ഈ കളി പഠിപ്പിക്കണം.

എന്നിട്ട് ആറ്റയോട് തങ്ങൾ പറയുന്നു:

അല്ലേ ബീവി

നമ്പ്യാർ ചിരിച്ചുകൊണ്ട് പറയുന്നു:

തങ്ങളൊരു തമാശക്കാരൻ തന്നെ.

മധ്യസമീപദൃശ്യം

ഗൗരവത്തോടെ തങ്ങൾ പറയുന്നു:

നമ്പര്യാരെന്താ കരുതണെ. മാപ്പെളപെൺകുട്ടി

കൾക്കൊപ്പനമാത്രേ പറ്റൂന്നാ. നോക്കിക്കോ. നമ്മടെ മോളീക്കളി പടിക്കണെ. പച്ചേങ്കിലുനിങ്ങടെ ഉത്സവത്തിനുനടത്താൻ ഇടങ്ങേറുനിക്കരുത്.

നമ്പ്യാരെ ദേഷ്യം പിടിപ്പിക്കാനായി തങ്ങൾ തുടർന്നുപറയുന്നു:

കണ്ടോ നമ്പ്യാരൊഴിഞ്ഞുമാറുന്നേ.

മധ്യദൂരദൃശ്യം

തങ്ങളെ തിരുത്തിക്കൊണ്ട് നമ്പ്യാർ പറയുന്നു:

തങ്ങളെന്താ വിചാരിക്കണെ. ഹിന്ദുക്കുട്ടികളു വേഷം കെട്ടിയാലും പലടത്തും നടത്താൻ സമ്മതിക്കൂകേല. ഓരോ അമ്പലത്തിലും ഓരോ കുടുംബത്തിന്റെ അവകാശാ. ആ സമുദായത്തിപ്പെട്ടവരേ അവിടെ നടത്താൻ സമ്മതിക്കൂ. ഇപ്പഴാ അന്യജാതിക്കാരെ പഠിപ്പിക്കാൻ തൊടങ്ങിയെ. ഈ കുട്ടി അങ്ങനൊള്ളതാ. അതിനൊരു അരങ്ങുമായി അതോണ്ട് വന്നതാ.

നമ്പ്യാരെ കൊച്ചാക്കിക്കൊണ്ട് തങ്ങൾ പറയുന്നു:

നിങ്ങക്ക് കാശും കൊടുക്കാതൊരു പരിപാടീമായി, അല്ലെ?

മുഖഭാവം വല്ലാതിരിക്കുന്ന ആറ്റബീവിയെ നോക്കി തങ്ങൾ ചോദിക്കുന്നു:

എന്നാ ബീവി വല്ലായ്ക വല്ലോണ്ടോ?

വിഷമത്തോടെ ആറ്റബീവി പറയുന്നു:

അടിവയറ്റിലു വല്ലാത്ത വേദന. ഇരിക്കാൻ കയിയുന്നില്ല.

മധ്യദൃശ്യം

തങ്ങൾ ചോദിക്കുന്നു:

വീട്ടിപ്പോണോ?

ആറ്റബീവി അസഹ്യമായ വേദനയോടെ പറയുന്നു:

എന്നെ ഒന്നു താങ്ങിക്കൊ.

നമ്പ്യാർ തങ്ങളോട് ചോദിക്കുന്നു;

എന്താ എന്തുപറ്റി?

വെപ്രാളത്തോടെ തങ്ങൾ നമ്പ്യാരോട് പറയുന്നു:

അദ്രുമാനോടൊരു കസേരമോട്ടിങ്ങോട്ട് വരാൻപറ. ബീവിക്ക് നൊമ്പലം വന്നൂന്നാ തോന്നുന്നെ.

സീൻ - ഇരുപത്തിയേഴ്. **ആശുപത്രി - പ്രസവവാർഡ് - രാത്രി**
മധ്യദൂരദൃശ്യം

പ്രസവവാർഡിനു പുറത്തിട്ടിരിക്കുന്ന ബെഞ്ചിൽ തങ്ങളിരിക്കുന്നു. കുറച്ചുമാറി വാതിലിനുപുറത്ത് മുക്രി എറമുള്ളാനും അദ്രുമാനും നിൽക്കുന്നു. നവജാതശിശുവിന്റെ കരച്ചിലോടെ പ്രസവമുറിയുടെ വാതിൽ തുറന്നൊരു നഴ്സ് കൈയിലൊരു കുഞ്ഞുമായി പുറത്തേക്കു വന്ന് കുഞ്ഞിനെ തങ്ങളുടെ കൈയിൽ കൊടുത്തിട്ട് പറയുന്നു:

പെണ്ണാ.

സമീപദൃശ്യം

കുഞ്ഞിനെ കൈയിൽ വാങ്ങിയിട്ട് സ്നേഹത്തോടെ അതിനെ നോക്കുന്നതിനിടയിൽ ആകാംക്ഷയോടെ തങ്ങൾ ചോദിക്കുന്നു:

കുഞ്ഞിന്റുമ്മക്കെങ്ങനെയൊണ്ട്?

നഴ്സ് പറയുന്നു:

വിശേഷമൊന്നുമില്ല.

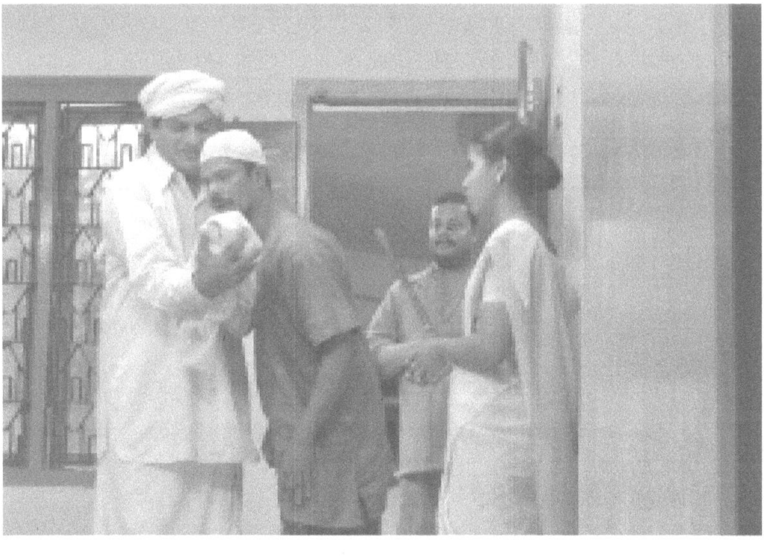

പെട്ടെന്നെന്തോ ഓർമവന്നപോലെ ഒരുവശത്തേക്ക് തിരിഞ്ഞ് മുക്രി എറമുള്ളാനോട് പറയുന്നു:

മുക്രീ, ബേം ബാങ്കുകൊടുക്ക്.

മധ്യദൂരദൃശ്യം

തങ്ങളുടെ അടുത്തേക്കോടിവരുന്ന മുക്രി എറമുള്ളാൻ കുഞ്ഞിന്റെ ചെവിയിൽ ബാങ്കുവിളിക്കാൻ തുടങ്ങുന്നു.

അള്ളാഹു അക്ബർ, അള്ളാഹു അക്ബർ... അഷ്ക തൻ ഇലാഹി ഇല്ലല്ലാഹു.

സമീപദൃശ്യം

ഇതിനിടയിൽ തങ്ങൾ കുഞ്ഞിനെ തന്റെ മുഖത്തോടടുപ്പിച്ച് പിടിച്ചുകൊണ്ട് അതിനെ പേരിട്ട് വിളിക്കുന്നു.

പൂക്കുഞ്ഞിബീവി

മധ്യദൂരദൃശ്യം

നഴ്സ് കുട്ടിയെ തങ്ങളുടെ കൈയിൽനിന്നും വാങ്ങിച്ചുകൊണ്ടകത്തേക്ക് പോകുന്നു.

പേരുവിളി കഴിഞ്ഞിട്ടും ബാങ്കുവിളിനിർത്താത്ത മുക്രിയോട് തങ്ങൾ പറയുന്നു.

നിർത്ത്.

മുക്രി ബാങ്കുവിളി നിർത്തുന്നു. പെട്ടെന്ന് എന്തോ ഓർത്ത പോലെ മുക്രി എറമുള്ളാൻ പോക്കറ്റിൽനിന്നും മന്ത്രിച്ചു കെട്ടിയ ഒരു കറുത്ത ചരടെടുത്തുകൊണ്ട് പറയുന്നു:

ഈ മന്ത്രിച്ച ചരടുംകൂടി

മുക്രി എറമുള്ളാനെ പരിഹാസത്തോടെ നോക്കിക്കൊണ്ട് തങ്ങൾ പറയുന്നു:

അവനോർക്കാൻ കണ്ട സമയം. ഇവിടെത്തൂങ്ങിനിക്കാതെ കണാരന്റെ വീട്ടിപ്പോയാപെണ്ണിന്റെ കാര്യമെന്തായെന്നു നോക്ക്.

എന്നിട്ട് അദ്രുമാന്റെ നേർക്ക് തിരിഞ്ഞുപറയുന്നു.

എടാ അദ്രുമാനെ നീയും കൂടെ ചെല്ല്.

മുക്രി എറമുള്ളാന്റെ പിന്നാലെ അദ്രുമാനും പോകുന്നു. തങ്ങളുടെ മുഖത്ത് സന്തോഷം നിഴലിക്കുന്നു. അദ്ദേഹം അള്ളാവിനോട് നന്ദി പറയുന്നു.

സീൻ - ഇരുപത്തിയെട്ട്.

**തങ്ങളുടെ വീട് -
മുകളിലത്തെ നിലയിലെ
വിശാലമായ മുറി - രാത്രി
മധ്യദൂരദൃശ്യം**

മുകളിലത്തെ നിലയിലേക്കുള്ള ഗോവണിയുടെ തടിപ്പടവുകൾ ഓടിക്കയറിവരുന്ന മുക്രി എറമുള്ളാനും ബാപ്പുക്കണാരനും മുകളിലത്തെ മുറിയിലെ നിലത്തുവിരിച്ച വിരിപ്പിൽ മുട്ടുകുത്തിനിന്ന് നിസ്കരിച്ചുകൊണ്ടിരുന്ന തങ്ങളെക്കണ്ട് മുറിയിലേക്ക് കയറാതെ പടവുകളിൽ തന്നെ പകച്ച് നിൽക്കുന്നു. ഗോവണിപ്പടിയിലെ കാൽപ്പെരുമാറ്റത്തിന്റെ ശബ്ദംകേട്ട് തങ്ങൾ നിസ്കാരം മതിയാക്കി എഴുന്നേൽക്കുന്നു.

വിങ്ങിപ്പൊട്ടിക്കൊണ്ട് കണാരൻ പറയുന്നു:
നീലി.

മധ്യദൃശ്യം

കാര്യം മനസിലാവാതെ തങ്ങൾ ആരായുന്നു:

എന്താടാ നീലിക്കെന്തുപറ്റി?

എന്തുപറയേണ്ടു എന്നറിയാതെ എറമുള്ളാൻ പറയുന്നു:

ഓക്ക് വേദനതുടങ്ങീട്ട് കുറച്ചുനേരായി. ഓളങ്ങു തളർന്നു. പെറണൂല്ല.

തങ്ങൾ ആരായുന്നു:

ഓൾടെ കൂടാരൊണ്ടെടാ?

മധ്യസമീപദൃശ്യം

എറമുള്ളാൻ വിക്കിവിക്കിപറയുന്നു

പരത്തി പേറ്റച്ചിയുണ്ടേ. പിന്നെ കണാരന്റെ പെണ്ണുങ്ങളും

സമീപ മധ്യദൃശ്യം

ഒരുനിമിഷം ആലോചിച്ചിട്ട് തങ്ങൾ ചോദിക്കുന്നു:

പിന്നെന്തിനാടാ നിങ്ങളിങ്ങോട്ടു ബന്നെ?

തപ്പലോടെ എറമുള്ളാൻ പറയുന്നു:

ഇബിടെവന്നു പറയാൻ പൊക്കി പറഞ്ഞു:

ദേഷ്യത്തോടെ തങ്ങൾ പറയുന്നു:

നിന്നെപ്പോലുള്ളോരു നോക്കിനിക്കുമ്പഴാ ഓൾക്ക് നൊമ്പലം കിട്ടുന്നെ. എടുത്തോണ്ടുപോടാ ആശുപത്രീലോട്ട്. ഓടെടാ.

തിരിഞ്ഞോടാൻ തുടങ്ങുന്ന കണാരനോട് തങ്ങൾ പറയുന്നു:

ആടെ എത്തീട്ടൊള്ള വെവരം എന്നെ അറിയിക്കണം. ബേം ചെല്ല്.

സീൻ - ഇരുപത്തിയൊൻപത്.

തങ്ങളുടെ വീട് തങ്ങളുടെ കിടപ്പുമുറി - പ്രഭാതം മധ്യദൂരദൃശ്യത്തിൽനിന്നും മധ്യദൃശ്യത്തിലേക്ക്

അടഞ്ഞുകിടക്കുന്ന തങ്ങളുടെ വാതിലിനടുത്തേക്ക് ധൃതിയിൽ നടന്നുവരുന്ന എറമുള്ളാൻ വാതിലിനടുത്തുവന്നു നിന്ന് വാതിലിൽ കൈകൊണ്ട് തട്ടി ശബ്ദമുണ്ടാക്കുന്നു. പുറത്തേക്കു പോകാനുള്ള വേഷത്തിൽ തങ്ങൾ മുറിയിൽ നിന്ന് പുറത്തേക്ക് വരുന്നു. വാതിലിനുപുറത്തിറങ്ങിയ തങ്ങൾ ഗോവണിയുടെ അടുത്തേക്ക് നടക്കുന്നതിനിടയിൽ എറമുള്ളാനോട് ചോദിക്കുന്നു:

നീലി പെറ്റോടാ.

തങ്ങളുടെ പിന്നാലെ നടന്നുകൊണ്ട് സന്തോഷത്തോടെ ഏറമുള്ളാൻ പറയുന്നു:

പെറ്റ്.

സന്തോഷത്തോടെ തങ്ങൾ ചോദിക്കുന്നു:

കുഞ്ഞനെന്താ?

മുക്രി ഒന്നും പറയുന്നില്ല. നടക്കുന്നതിനിടയിൽ തിരിഞ്ഞുനിന്നുകൊണ്ട് തങ്ങൾ ദേഷ്യത്തോടെ ചോദിക്കുന്നു:

നിന്റെ നാവിറങ്ങിപ്പോയോ?

മധ്യദൃശ്യം

ദേഷ്യത്തിൽ തിരിഞ്ഞുനടക്കുന്ന തങ്ങളുടെ പിന്നാലെ നടന്നുകൊണ്ട് തപ്പിത്തടഞ്ഞ് മുക്രി എറമുള്ളാൻ പറയുന്നു:

പക്ഷേലോൾക്ക് ചോരപോക്ക് നിക്കണില്ല. ഞങ്ങടെയൊക്കെ ചോര എടുത്തു. എന്നിട്ടും നിക്കണില്ലെന്നാ പറെയണെ. അതാ നാനിങ്ങോട്ടു വന്നത്.

ആലോചനയോടെ തങ്ങൾ ചോദിക്കുന്നു:

കുഞ്ഞിനു ജീവനൊണ്ടോടാ?

മുക്രി ഒന്നും പറയുന്നില്ല

ദേഷ്യത്തോടെ തങ്ങൾ പറയുന്നു:

ചെകുത്താനെ നിന്നെയൊക്കെ എന്തിനാ തീറ്റിപ്പോറ്റുന്നെ...

അന്ധാളിച്ച് നിൽക്കുന്ന എറമുള്ളാനെ പുച്ഛത്തോടെ നോക്കിക്കൊണ്ട് തങ്ങൾ നടന്നു പോകുന്നു.

സീൻ - മുപ്പത്.

ആശുപത്രി - പ്രസവവാർഡ് - പ്രഭാതം
മധ്യദൃശ്യം

തങ്ങൾ പ്രസവവാർഡിന്റെ മുന്നിൽ നീലിയുടെ കുഞ്ഞിനെ കൈയിൽ എടുത്തുകൊണ്ട് നിൽക്കുന്നു. തൊട്ടടുത്ത് പൊക്കിയും നിൽപ്പുണ്ട്. തങ്ങളുടെ പിന്നിലായി മുക്രി എറമുള്ളാനും അയാൾക്ക് പിന്നിലായി ബപ്പുക്കണാരനും അയാൾക്ക് പിന്നിലായി അദ്രുമാനും നിൽക്കുന്നു. കൈയിലിരിക്കുന്ന കുഞ്ഞിനെ വാത്സല്യത്തോടെ നോക്കിക്കൊണ്ട് തങ്ങൾ പൊക്കിയോട് ചോദിക്കുന്നു.

ഇതിനുമൊലകൊടുത്തോ?

മടിച്ചുമടിച്ച് പൊക്കി പറയുന്നു.

ഓളി, ഇവിടെ ഹിന്ദുപ്പെണ്ണുങ്ങളാരും പെറ്റുകെടപ്പില്ല.

ദേഷ്യത്തോടെ തങ്ങൾ ചോദിക്കുന്നു:

തള്ളയില്ലാന്നുവച്ചീ കുഞ്ഞിനു മുലകുടിക്കെണ്ടേ. ഇവിടൊള്ള അഹിന്ദുക്കടെ മൊലയൊക്കെ വറ്റിപ്പോയോ? ഏ ചോദിച്ചുതുകേട്ടില്ലേ?

ആരും ഒന്നും പറയുന്നില്ല.

തങ്ങൾ മുക്രിയോട് പറയുന്നു:

ബാങ്കും കാമത്തും കൊടുക്ക്.

മടിച്ചുനിൽക്കുന്ന മുക്രി എറമുള്ളാന്റെ ശ്രദ്ധക്കായി തങ്ങൾ തറപ്പിച്ചൊന്ന് മൂളുന്നു.

മുക്രി വെപ്രാളത്തിൽ മുന്നോട്ടുവന്ന് കുഞ്ഞിന്റെ ചെവിയിൽ അല്ലാഹു അക്ബർ മന്ത്രിക്കുന്നു.

ഇതിനിടയിൽ തങ്ങൾ കുഞ്ഞിന്റെ പേരു ചെവിയിൽ വിളിക്കുന്നു.

കുഞ്ഞാലി.

സംഗീതം തുടങ്ങുന്നു. എന്നിട്ട് കുഞ്ഞിനെ പൊക്കിയുടെ കൈയിൽ കൊടുത്തിട്ട് പറയുന്നു:

ആറ്റയോടീക്കുഞ്ഞിനു മുലകൊടുക്കാൻ പറ. ഞാൻ പറഞ്ഞുവിട്ടതാന്നു പറയണം. എന്നിട്ടീനേംകൂടി പൂക്കുഞ്ഞീടടുത്ത് കിടത്തണം.

സീൻ - മുപ്പത്തിഒന്ന്.

**തങ്ങളുടെ വീട്-
കിടക്കുന്ന മുറി-
രാത്രി
മധ്യദൂരദൃശ്യം**

കട്ടിലിൽ തങ്ങളും ആറ്റബീവിയും കിടക്കുന്നു. അവരുടെ നടുവിൽകിടക്കുന്ന കുഞ്ഞാലിയും പൂക്കുഞ്ഞിയും ഉച്ചത്തിൽ നിലവിളിക്കുന്നു. തങ്ങളവരെ സമാധാനിപ്പിക്കാൻ

ശ്രമിക്കുന്നു. ദേഷ്യത്തോടെ എണീറ്റിരിക്കുന്ന ആറ്റബീവി പൂക്കുഞ്ഞിയെ എടുത്തുകൊണ്ട് പറയുന്നു:

കുടിക്ക്, രണ്ടുംകൂടെ കുടിച്ചുകുടിച്ചെന്റെ ചോരേം കൂടി കുടിക്ക്.
ഇനീം രണ്ടാൾക്ക് മൊലകൊടുക്കാനെനിക്കാവൂല്ല.

ആറ്റബീവിയെ സമാധാനിപ്പിച്ചുകൊണ്ട് തങ്ങൾ പറയുന്നു:

നീ ബേജാറാവാതെ. ഓർക്കൊരു സന്തോഷാട്ടെ. ഇഞ്ഞി എരട്ടപെറ്റതാന്നു കരുതിയാമതി.

മധ്യദൃശ്യം

തങ്ങളുടെ വാക്കുകൾ ആറ്റബീവിക്കൊട്ടുമിഷ്ടമായില്ല. ആറ്റ ബീവി വിഷമത്തോടെ പറയുന്നു:

ഈ ഹറാത്തെന്റെകൂടെ കെടക്കാന്തൊടങ്ങിയേപ്പിന്നാ എനിക്കീക്ഷീണം മുഴുവൻ. ചെകുത്താൻ ചോരവലിച്ചുകുടിക്കുവല്ലെ. എന്റെ റബ്ബെ എനിക്കെണീറ്റു നടക്കാനും കൂടി പറ്റണില്ലല്ലോ.

ആറ്റയുടെ പരിഭവം കേട്ട തങ്ങൾ കുഞ്ഞാലിയെ മുറിയുടെ ഒരു മൂലക്ക് മാറിനിന്നിരുന്ന കടൈശിപ്പാത്തുവിനെ ഏൽപ്പിച്ചുകൊണ്ട് പറയുന്നു:

ആറ്റയിനി ഖുഞ്ഞാലിഖ് മൊലകൊടുക്കണ്ട. ഓനെ നോക്കാൻ ഞാൻ പാത്തൂനോട് പറയാം. ഓക്കാണെ കുട്ടികളുമില്ല. ഇങ്ങനേലും ഓളുരുമ്മയാവട്ടെ.

തങ്ങൾ കുഞ്ഞാലിയെ എടുത്തുകൊണ്ട് കട്ടിലിൽനിന്നും എണീറ്റ് പുറത്തേക്ക് പോകുന്നു.

സീൻ - മുപ്പത്തിരണ്ട്.

**തങ്ങളുടെ വീട്-
സ്വീകരണമുറി - പകൽ
മധ്യസമീപദൃശ്യം**

വർത്തമാനപ്പത്രവുമായി കസേരയിൽ വന്നിരിക്കുന്ന തങ്ങൾ പത്രത്തിലെ തലക്കെട്ടിലൂടെ കണ്ണോടിക്കുന്നു. അടിയന്തരാവസ്ഥ പ്രഖ്യാപിച്ചു എന്ന തലക്കെട്ട് തങ്ങളെ അസ്വസ്ഥനാക്കുന്നു. തങ്ങൾ വാർത്ത സശ്രദ്ധം വായിക്കുന്നു. പശ്ചാത്തലത്തിൽ സംഗീതം ആരംഭിക്കുന്നു.

സീൻ - മുപ്പത്തിമൂന്ന്.

**ഇടവഴി - പകൽ
അതിദൂരദൃശ്യത്തിൽനിന്നും
മധ്യദൂരദൃശ്യത്തിലേക്ക്**

ഒരു കറുത്തതുണികൊണ്ട് വായമൂടിക്കെട്ടിയ തങ്ങൾ മുന്നിലും തൊട്ടുപിന്നിലായി കറുത്തതുണികൊണ്ട് വായ മൂടിക്കെട്ടിയ ആറ്റബീവിയും അവർക്കു പിന്നിലായി രണ്ടു വശത്തും പൂക്കുഞ്ഞിയെയും കുഞ്ഞാലിയെയും എടുത്തു കൊണ്ട് പൊക്കിയും അവർക്കും പിന്നിലായി കറുത്തതു

ണികൊണ്ട് വായമൂടിക്കെട്ടിയ അദ്രുമാനും എറമുള്ളാനും പള്ളിയിൽനിന്നും പുറത്തേക്കുള്ള ചെത്തുവഴിയിലൂടെ നടന്നു വരുന്നു. പശ്ചാത്തലത്തിൽ സംഗീതം തുടരുന്നു.

സീൻ - മുപ്പത്തിനാല്.

**പൊലീസ് സ്റ്റേഷൻ - പകൽ -
ഉൾവശം
മധ്യദൂരദൃശ്യം**

പൊലീസ് സ്റ്റേഷനിൽ മേശയുടെ ഇരുവശത്തുമായി ഇൻസ്പെക്ടറും തങ്ങളും ഇരിക്കുന്നു. തടവുകാരെ പാർപ്പി ക്കുന്ന മുറിയുടെ ഇരുമ്പുകമ്പികൊണ്ടുള്ള വാതിൽ ഒരു പൊലീസുകാരൻ തുറക്കുന്നു. തുറന്ന വാതിലിലൂടെ ആദ്യം

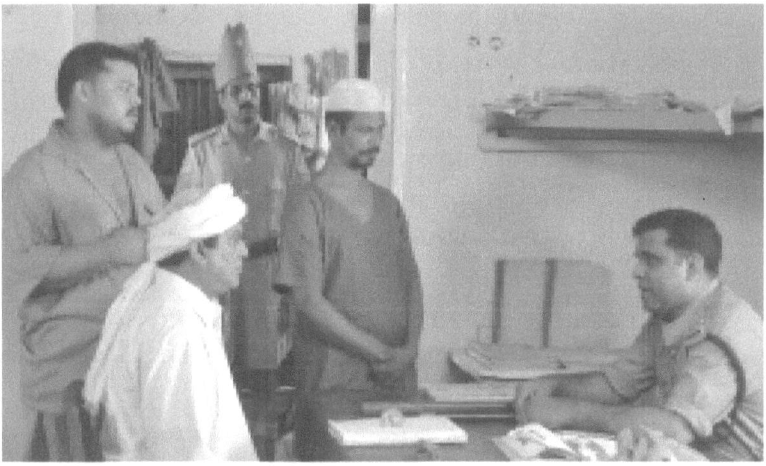

അദ്രുമാനും പിന്നിലായി എറമുള്ളാനും അവർക്ക് പിന്നിലായി പൊലീസുകാരും തങ്ങളിരിക്കുന്നിടത്തേക്ക് നടന്നു വന്ന് ഇൻസ്പെക്ടർക്കും തങ്ങൾക്കും ഇടയിലായി നിൽക്കുന്നു. അദ്രുമാനും എറമുള്ളാനും ക്ഷീണിതരാണ്. തങ്ങളവരെ സഹതാപത്തോടെ നോക്കുന്നു. ഇതിനിടയിൽ ഇൻസ്പെക്ടർ പറഞ്ഞു തുടങ്ങുന്നു:

തങ്ങക്കറിയാല്ലോ...

മധ്യദൂരദൃശ്യം

ഇൻസ്പെക്ടർ തുടർന്നു പറയുന്നു:

കരിനിയമത്തിന്റെ കാലാ. മോളീന്ന് പറേന്നപോലേ പറ്റൂ. പിന്നെ തങ്ങളിപ്പം നമ്പൂതിരിപ്പാടിന്റെ കൂടേ മല്ലെ.

സമീപമധ്യദൃശ്യം

ഒരു ചെറുചിരിയോടെ തങ്ങൾ ഇൻസ്പെക്ടർ പറയുന്നതും കേട്ടിരിക്കുന്നു. പിന്നിൽ അദ്രുമാനെയും കാണാം.

സീൻ - മുപ്പത്തിയഞ്ച്.

തങ്ങളുടെ വീട് - ദേഹണ്ഡപ്പുര - സന്ധ്യ ദൂരദൃശ്യം

ദേഹണ്ഡപ്പുരയിൽ നെയ്ച്ചോറും മറ്റും തയാറാക്കുന്ന തിരക്കിലാണു പാചകക്കാർ. ദേഹണ്ഡപ്പുരയിലേക്ക് വന്ന തങ്ങൾ പാചകക്കാരനോട് ചോദിക്കുന്നു:

വയ്യപ്പൊറത്തെ പണിയൊക്കെ കഴിഞ്ഞോ?

പാചകക്കാരൻ പറയുന്നു:

കയ്യാറായി.

തങ്ങൾ തുടർന്ന് പറയുന്നു:

വെറുതെ നോക്കിനിക്കാതെ വേഗം സുപ്രയിട്. കുഞ്ഞാലിക്ക് ബേം കൊടുക്കണം. അല്ലേലോനൊറങ്ങും.

ദൂരദൃശ്യത്തിൽനിന്നും മധ്യദൂരദൃശ്യത്തിലേക്ക്

പുറത്തേക്ക് നടക്കുന്നതിനിടയിൽ തങ്ങൾ അയാളോട് പറയുന്നു:

ബേം.

ഒളിച്ചേ കണ്ടേ കളിച്ചുകൊണ്ട് വീട്ടിനകത്തും പുറത്തുമായി ഓടിനടക്കുന്ന കുഞ്ഞാലിയും പൂക്കുഞ്ഞിബീവിയും തങ്ങളുടെ മുന്നിൽ വന്നുപെടുന്നു.

സംഗീതം തുടങ്ങുന്നു. പേടിച്ചു നിൽക്കുന്ന കുഞ്ഞാലിയോട് തങ്ങൾ പറയുന്നു:

കുഞ്ഞാലിക്ക് വെശക്കണില്ലെ, കളിമതിയാക്കി വേഗം പോയി കുളിക്ക്. നെയ്ച്ചോറുതിന്നാറായി.

എന്നിട്ട് പുറത്തേക്ക് നടക്കുന്നതിനിടയിൽ പൂക്കുഞ്ഞിയോട് തങ്ങൾ പറയുന്നു:

ബീക്കുട്ടീ നീയും പോയി കുളിക്ക്.

കുട്ടികൾ ദേഹണ്ഡപ്പുരയിലേക്ക് ഓടിപ്പോകുന്നു.

സീൻ - മുപ്പത്തിയാറ്.

**തങ്ങളുടെ വീട് - വീടിനു മുൻവശത്തെ സ്വീകരണമുറി - രാത്രി
മധ്യദൃശ്യം**

സ്വീകരണമുറിയുടെ ഒരറ്റത്തായുള്ള ഉയർന്ന ഇരിപ്പിടത്തിൽ വെളുത്ത ചെറിയ തോർത്തുടുത്ത കുഞ്ഞാലിയുടെ അടുത്തിരിക്കുന്ന തങ്ങൾ തന്റെ കയ്യിലിരിക്കുന്ന പിഞ്ഞാണത്തിലെ ആഹാരത്തിൽനിന്നും കുറച്ചെടുത്ത് കുഞ്ഞാലിയുടെ വായിൽ വച്ചുകൊടുത്ത് നിർബന്ധിച്ചവനെക്കൊണ്ട് കഴിപ്പിക്കുന്നു. കുഞ്ഞാലിക്ക് കഴിക്കാൻ വയ്യാതാകുന്നതു

വരെ തങ്ങളവനാഹാരം കൊടുക്കുന്നു. റത്തീബ് പാട്ടുകൾ പന്തലിൽ മുഴങ്ങിക്കേൾക്കാം.

ആഹാരം കൊടുക്കുന്നതിനിടയിൽ തങ്ങൾ പറയുന്നു:

കയിക്ക്.

വയറുനിറഞ്ഞതുകൊണ്ട് ആഹാരം ഇറക്കാൻ ബുദ്ധിമുട്ടുന്ന കുഞ്ഞാലി പറയുന്നു:

മതി തങ്ങളുപ്പാ.

കഴിക്കാൻ വിമുഖത കാട്ടുന്ന കുഞ്ഞാലിയോട് തങ്ങൾ പറയുന്നു:

കയിക്ക്.

കുഞ്ഞാലി പറയുന്നു:

മതി.

തങ്ങൾ പരിഭവത്തോടെ പറയുന്നു:

കയിക്ക്.

മധ്യദൃശ്യത്തിൽനിന്നും മധ്യദൂരദൃശ്യത്തിലേക്ക്

വീണ്ടും അവന്റെ വായിലേക്ക് കൈകൊണ്ട് കുഴച്ച ആഹാരം ബലമായി കൊടുക്കുന്നതിനിടയിൽ വാത്സല്യത്തോടെ കുഞ്ഞാലിയോട് തങ്ങൾ പറയുന്നു.

ഇതുംകൂടി എന്റെ പൊന്നുമോനല്ലേ...

കുഞ്ഞാലിയെക്കൊണ്ട് കുറച്ചുകൂടി ആഹാരം കഴിപ്പിക്കാനായി തങ്ങൾ പറയുന്നു:

എന്റെ നല്ലമോനല്ലേ കയിക്ക്.

എന്നിട്ടും ആഹാരം കഴിക്കാൻ വിസമ്മതിക്കുന്ന കുഞ്ഞാലിയേയും എടുത്തുകൊണ്ട് എണീക്കാൻ തുടങ്ങുന്നതിനിടയിൽ അടുത്തിരുന്നാഹാരം കഴിക്കുന്ന പൂക്കുഞ്ഞിയോട് തങ്ങൾ പറയുന്നു:

ബീക്കുട്ടി മോളേ, ഞ്ഞി ഇവിടിരുന്ന് കഴിച്ചാമതി. ഞങ്ങടെകൂടെ ബരണ്ട.

തങ്ങൾ കുഞ്ഞാലിയേയും കൈകളിലെടുത്തുകൊണ്ട് വീട്ടിനകത്തേക്ക് നടന്നുപോകുന്നു. ക്യാമറ പൂക്കുഞ്ഞിയുടെ ഒരു വശത്തേക്ക് തിരിഞ്ഞ് സ്വീകരണമുറിയുടെ മധ്യത്തിലായുള്ള ഉയർന്ന ഇരിപ്പിടത്തിൽ മുട്ടിൽ നിന്ന് അവരവ

രുടെ കൈകളിലുള്ള തുകൽ വാദ്യത്തിൽ കൈകൊണ്ട് കൊട്ടി ശബ്ദമുണ്ടാക്കി റത്തീബ് പാട്ടുകൾ പാടുന്ന ഗായകസംഘത്തിന്റെ അടുത്തേക്ക് നീങ്ങുന്നു.

സീൻ - മുപ്പത്തിയേഴ്.

തങ്ങളുടെ വീട് - മുകളിലത്തെ മുറിയിലേക്കുള്ള ഗോവണിപ്പടി- രാത്രി മധ്യദൂരദൃശ്യം

കുഞ്ഞാലിയേയും എടുത്തുകൊണ്ട് തങ്ങൾ ഗോവണികയറിവന്ന് മുറിയിലേക്ക് പോകുന്നു. റത്തീബ് പാട്ടുകൾ തുടരുന്നു.

സീൻ - മുപ്പത്തിയേഴ് (എ).

തങ്ങളുടെ വീട് - മുകളിലത്തെ കിടപ്പുമുറി - രാത്രി ദൂരദൃശ്യം

മുറിയിൽക്കിടക്കുന്ന വൃത്തിയായി വിരിച്ചിട്ടിരിക്കുന്ന കട്ടിലിന്റെ ഇരുവശത്തുമായി മധ്യവയസ്കരായ രണ്ടോസ്സാന്മാർ ഭവ്യതയോടെ നിൽക്കുന്നു. റത്തീബ് പാട്ടുകൾ തുടരുന്നു. കുഞ്ഞാലിയേയും എടുത്തുകൊണ്ട് ഗോവണികയറിവരുന്ന തങ്ങൾ കുഞ്ഞാലിയെ ക്യാമറയ്ക്ക് പുറം തിരിഞ്ഞ് കട്ടിലിൽ ഇരുത്തുന്നു. എന്നിട്ട് തങ്ങളവരോട് ചോദിക്കുന്നു.

എന്നാ തൊടങ്ങുകല്ലേ?

ഒരോസ്സാൻ പറയുന്നു:

ഓ.

ഭയന്നുവിറച്ച് കട്ടിലിലിരിക്കുന്ന കുഞ്ഞാലി ദൈന്യതയോടെ തങ്ങളെ വിളിക്കുന്നു

ഉപ്പാ...

കുഞ്ഞാലിയുടെ അടുത്ത് കട്ടിലിൽ ഇരിക്കുന്ന തങ്ങളവനെ കെട്ടിപ്പിടിച്ചുമ്മവെച്ചുകൊണ്ട് സ്നേഹത്തോടെ പറയുന്നു:

മോൻ പേടിക്കണ്ട. ഇനിക്ക് സഹായത്തിനു മയ്യത്തായ വല്യതങ്ങളുണ്ട്. ഇതും പറഞ്ഞ് തങ്ങൾ വേഗം മുറിയിൽനിന്നും പുറത്തേക്കിറങ്ങുന്നു.

കുഞ്ഞാലി ഭയത്തോടെ ഉച്ചത്തിൽ തങ്ങളെ വിളിക്കുന്നു.

ഉപ്പാ...

ഒരു വെള്ളമുണ്ടുകൊണ്ട് രണ്ടോസ്സാന്മാരും കൂടി കുതറി മാറാനുള്ള കുഞ്ഞാലിയുടെ ശ്രമം വിഫലമാക്കിക്കൊണ്ട് സ്നേഹത്തോടെ അവനെ കൈപ്പിടിയിലൊതുക്കുന്നു.

സീൻ - മുപ്പത്തിയെട്ട്.

തങ്ങളുടെ വീട് - മുകളിലത്തെ കിടപ്പുമുറി - വൈകുന്നേരം മധ്യദൂരദൃശ്യം

കട്ടിലിൽ മലർന്ന് കിടക്കുന്ന കുഞ്ഞാലിയുടെ നെഞ്ചുമുതൽ പാദംവരെ മൂടത്തക്കരീതിയിൽ ഒരു വെളുത്ത തുണി കൂടാരത്തിന്റെ ആകൃതിയിൽ മുകളിലേക്ക് വലിച്ചുകെട്ടിയിരിക്കുന്നു. മയങ്ങിപ്പോയ കുഞ്ഞാലി കണ്മുന്നിലെന്തോ അനങ്ങുന്നതു കണ്ട് ഞെട്ടിയുണർന്ന് ചുറ്റുംനോക്കുന്നു. സംഗീതം തുടങ്ങുന്നു. കട്ടിലിനടിയിൽ മറഞ്ഞിരുന്ന പൂക്കുഞ്ഞിബീവി ചിരിച്ചുകൊണ്ട് എണീറ്റുവന്ന് കട്ടിലിൽ ഇരുന്നുകൊണ്ട് പറയുന്നു:

പേടിച്ചുപോയേ.

മധ്യദൃശ്യം

ദേഷ്യംവന്ന കുഞ്ഞാലി അവളോട് പറയുന്നു:

പോ പെണ്ണേ.

പൂക്കുഞ്ഞിബീവി കട്ടിലിന്റെ ഒരുവശത്തേക്ക് മാറി കുഞ്ഞാലിക്കഭിമുഖമായിരിക്കുന്നു. സംഗീതം തുടങ്ങുന്നു.

സമീപമധ്യദൃശ്യം

പാവാടക്കകത്ത് ഒളിപ്പിച്ചുവച്ചിരുന്ന കണ്ണിമാങ്ങയും ചെറിയ ഉപ്പുകല്ലിന്റെ കഷണങ്ങളും എടുത്തുകാണിച്ചുകൊണ്ടവൾ പറയുന്നു:

ഇത് ഞാൻ തിന്നാൻ പോവുകാ.

കുഞ്ഞാലി അവളോട് കെഞ്ചുന്നു:

ഒരെണ്ണം എനിക്കൂടി...

കണ്ണിമാങ്ങാ ഉപ്പും കൂട്ടി കടിച്ചുചവച്ചു തിന്നുന്നതിനിടയിൽ പൂക്കുഞ്ഞിബീവി പറയുന്നു:

ഞൊട്ടെണം.

മധ്യദൃശ്യം

പരിഭവത്തോടെ കുഞ്ഞാലി മുഖം തിരിച്ച് കിടക്കുന്നു. അവന്റെ കിടപ്പിൽ സഹാനുഭൂതി തോന്നിയ പൂക്കുഞ്ഞി ബീവി പറയുന്നു:

എന്നോടെന്തിനാ പോ പെണ്ണേന്നു പറഞ്ഞെ.

എന്നിട്ടവൾ കുഞ്ഞാലി കിടക്കുന്ന കട്ടിലിൽ വന്നിരുന്ന് ഒരു കണ്ണിമാങ്ങയും ഒരുകല്ലുപ്പും അവനുകൊടുത്തുകൊണ്ട് പറയുന്നു:

തിന്നോ.

കിടന്നകിടപ്പിൽ കിടന്ന് ഒരു കൈയുകൊണ്ട് കണ്ണിമാങ്ങ വാങ്ങിച്ച് തിന്നുന്നതിനിടയിൽ കുഞ്ഞാലി ചോദിക്കുന്നു:

ഒരുപാട് കാറ്റടിച്ചോ?

അവനെ കൊതിപ്പിക്കാനായി പൂക്കുഞ്ഞിബീവി പറയുന്നു:

ഉം, ഒരുപാടു മാങ്ങേം വീണു.

മധ്യദൃശ്യം

കണ്ണിമാങ്ങതിന്നുന്നതിനിടയിൽ കുഞ്ഞാലി അവളെ നോക്കി ചിരിക്കുന്നു. ഇതത്രരസിക്കാത്തമട്ടിൽ പൂക്കുഞ്ഞി ബീവി ചോദിക്കുന്നു:

നീ എന്തിനാ ചിരിക്കണെ?

പൂക്കുഞ്ഞിബീവിയെ കളിയാക്കിക്കൊണ്ട് കുഞ്ഞാലി പറയുന്നു:

അന്നെക്കണ്ടിട്ട്.

അൽഭുതത്തോടെ പൂക്കുഞ്ഞിബീവി ചോദിക്കുന്നു:

എന്നെക്കണ്ടിട്ടോ, നൊണ.

കുഞ്ഞാലി മിണ്ടാതെ കിടക്കുന്നു. കണ്ണിമാങ്ങ തിന്നുന്നതിനിടയിൽ പൂക്കുഞ്ഞിബീവി അവന്റടുത്തേക്ക് മുഖം അടുപ്പിച്ചുപിടിച്ചുകൊണ്ട് ചോദിക്കുന്നു

ഇപ്പം വേദനിക്കുണൊണ്ടോ?

മടുപ്പോടെ കുഞ്ഞാലി പറയുന്നു:

ആ, പള്ളീപ്പോണദിവസമിങ്ങെത്തിയാ മതിയാരുന്നു.
നെനക്കറിയ്യോ എന്നാന്ന്.

മധ്യദൂരദൃശ്യം

പൂക്കുഞ്ഞിബീവി വാപൊളിച്ചിരിക്കുന്നു. എന്നിട്ടെന്തോ ഓർത്തിട്ടവൾ പറയുന്നു:

ഒന്നും പറയണ കേട്ടില്ല. പാത്തുചാച്ചോട് ചോദിച്ചു നോക്കാം.

പൂക്കുഞ്ഞിബീവി കട്ടിലിൽനിന്നെണീറ്റുകൊണ്ട് പറയുന്നു:

പിന്നെ വരാം.

കണ്ണിമാങ്ങവച്ചിരുന്ന ഇല കുഞ്ഞാലിയുടെ അടുത്ത് കട്ടിലിന്റെ തലയ്ക്കൽ വച്ചിട്ട് പൂക്കുഞ്ഞിബീവി പുറത്തേക്ക് പോകുന്നു.

മധ്യദൃശ്യം

സംഗീതം തുടരുന്നു. അവൾ മുറിയിൽനിന്ന് പുറത്തിറങ്ങി ഗോവണിപ്പടിയിറങ്ങിപ്പോകുന്ന ശബ്ദം കേട്ട ദിശയിലേക്ക് തല ഉയർത്തി നോക്കിക്കൊണ്ട് കുഞ്ഞാലി കിടക്കുന്നു. കുഞ്ഞാലി പ്രയാസപ്പെട്ട് കട്ടിലിൽനിന്നും എണീറ്റ് രണ്ടു കൈയുംകൊണ്ട് ഉടുത്തിരുന്ന മുണ്ട് ചുറ്റിപ്പിടിച്ചുകൊണ്ട് മുറിയുടെ പുറത്തേക്ക് നടക്കുന്നു.

സീൻ - മുപ്പത്തിയെട്ട് (എ).

**തങ്ങളുടെവീട് -
മുകളിലത്തെ സ്വീകരണമുറി -
വൈകുന്നേരം
മധ്യദൂരദൃശ്യം**

കുഞ്ഞാലി ഉടുത്തിരുന്ന മുണ്ട് ചുറ്റിപ്പിടിച്ചുകൊണ്ട് മുറിയുടെ പുറത്തേക്കുള്ള വാതിലിനടുത്തുവന്നുനിന്ന് നോക്കുന്നു. പുറത്താരും ഇല്ലെന്നുറപ്പുവരുത്തിയശേഷം കുഞ്ഞാലി മുറിയിൽനിന്നും പുറത്തിറങ്ങി ഗോവണിപ്പടിയുടെ അടുത്തേക്ക് നടക്കുന്നു.

സീൻ - മുപ്പത്തിയെട്ട് (ബി).

**തങ്ങളുടെ വീട് - മുകളിലത്തെ
മുറിയിലേക്കുള്ള ഗോവണിപ്പടി-
വൈകുന്നേരം
മധ്യദൂരദൃശ്യം**

ഇതിനിടയിൽ ഗോവണിപ്പടികയറിവരുന്ന തങ്ങൾ ഗോവണിപ്പടിയുടെ അടുത്തേക്ക് നടന്നു വരുന്ന കുഞ്ഞാലിയെ

കണ്ട് വേഗം പടികൾ നടന്നുകയറി അവന്റെ അടുത്തുവന്ന് കുനിഞ്ഞുനിന്ന് ശാസനാസ്വരത്തിൽ കുഞ്ഞാലിയോട് പറയുന്നു:

എണീക്കരുതെന്ന് പറഞ്ഞതല്ലെ. എന്നിട്ടെന്താ മോൻ കേക്കാത്തത്?

എന്നിട്ട് കുഞ്ഞാലിയെ രണ്ടുകൈയുംകൂട്ടി പൊക്കിയെടുത്തുകൊണ്ട് അകത്തെ മുറിയിലേക്ക് നടക്കുന്നു.

സീൻ - മുപ്പത്തിയെട്ട് (സി).

തങ്ങളുടെവീട് - മുകളിലത്തെ കിടപ്പുമുറി - വൈകുന്നേരം മധ്യദൂരദൃശ്യം

കുഞ്ഞാലിയെ രണ്ടുകൈയുംകൂട്ടി പൊക്കിയെടുത്തുകൊണ്ട് അകത്തെ മുറിയിലേക്ക് നടന്നുവരുന്ന തങ്ങൾ അവനെ ശ്രദ്ധയോടെ വേദനിപ്പിക്കാതെ കട്ടിലിൽ കിടത്തുന്നു. കുഞ്ഞാലി ഉടുത്തിരുന്ന മുണ്ട് തങ്ങളു നേരെ ഉടുപ്പിക്കുന്നു. എന്നിട്ട് മുകളിലേക്കു കെട്ടിയിരിക്കുന്ന തുണിയും നേരെ ഇട്ടശേഷം അവന്റടുത്ത് കട്ടിലിൽ വന്നിരുന്ന് അവനെ ആശ്വസിപ്പിച്ചുകൊണ്ട് പറയുന്നു:

സാരമില്ല വെറുതെ കിടന്നോ. എണീറ്റോടിനടന്നാൽ മുറിവൊണങ്ങാനിനീം സമയമെടുക്കും. പുതിയ തുണീം കുപ്പായോമിട്ട് പള്ളീപ്പോകണ്ടെ?

തങ്ങളവന്റെ അടുത്തിരുന്ന് സ്നേഹത്തോടെ അവന്റെ താടിയിൽ തലോടുന്നു.

സീൻ - മുപ്പത്തിയൊൻപത്.

കടൽത്തീരം - പകൽ അതിദൂരദൃശ്യത്തിൽനിന്നും മധ്യദൂരദൃശ്യത്തിലേക്ക്

കടൽപ്പാലത്തിലൂടെ ഓടിക്കളിച്ചുനടക്കുന്ന പൂക്കുഞ്ഞിബീവി കടൽപ്പാലത്തിന്റെ ഒരുവശത്തുള്ള കുറ്റിയിലിരിക്കുന്ന തങ്ങളുടെ അടുത്തേക്ക് സംശയം ചോദിക്കാനോടിവരുന്നു. തങ്ങളുടെ അടുത്തായി കുഞ്ഞാലിയും ഇരിക്കുന്നു. തങ്ങളുടെ അടുത്തേക്കോടി വരുന്ന പൂക്കുഞ്ഞിബീവി സംശയം ചോദിക്കുന്നു:

ഈ കടലെന്തിനാ പിന്നീമ്പിന്നീം ബയ്യോട്ട്പോണെ

തങ്ങൾ പറയുന്നു:

അതുമ്മടെ ആയിശേനെ നോക്കിപ്പോണതല്ലെ.

അതാരാന്ന് മനസിലാവാത്ത കുഞ്ഞാലി ചോദിക്കുന്നു:

അതാരാ ഉപ്പാ.

തങ്ങൾ ചോദിക്കുന്നു:

ആയിശേനെ അറിയില്ലെ.

അറിയില്ലെന്ന് കുഞ്ഞാലി സമ്മതിക്കുന്നു.

ഊഹു.

തങ്ങൾ പൂക്കുട്ടിയോട് ചോദിക്കുന്നു:

ബീക്കുട്ടീക്കും അറിയില്ലെ ആയിശേനെ.

ഇല്ലായെന്ന ഭാവത്തിൽ പൂക്കുഞ്ഞിബീവി തലയാട്ടുന്നു.

ഊഹു.

തങ്ങൾ പറയുന്നു:

എന്നാ ബാ പറഞ്ഞുതരാം.

എന്നിട്ട് കുഞ്ഞാലിയെയും പൂക്കുഞ്ഞിയെയും തന്റെ ഇരുവശത്തും ചേർത്തുപിടിച്ച് കുറ്റിയിൽനിന്നും എണീറ്റ് കടൽപ്പാലത്തിലൂടെ നടന്നുകൊണ്ട് തങ്ങൾ അവർക്ക് ആയിശയുടെ കഥ പറഞ്ഞുകൊടുക്കുന്നു.

ഓളു നമ്മടെ കൂടൊള്ളോരുത്തിയല്ലേ, പാവം. ഓൾക്കൊരു ദിവസമൊരു ദുർബുദ്ധി തോന്നി. എന്താന്നോ? കടാപ്പൊറത്തുപോയി നെലാവുകാണ ണന്ന്.
ഓളൊരു ദിവസം ലാത്തിരി പൊരേന്നെറങ്ങി കട പ്പൊറത്ത് നെലാവു കാണാൻ പോയി. ഓടെ കഷ്ട കാലത്തിനാവഴി കൊറെ പരന്ത്രീസ്സുപട്ടാളക്കാർ വന്നു. പെണ്ണുങ്ങളെ കണ്ടാ പട്ടാളക്കാരുവിടുമൊ.

കുട്ടികൾ തങ്ങളുടെ അഭിപ്രായത്തോട് യോജിക്കുന്നു.

ഊഹു.

തങ്ങൾ തുടർന്നു പറയുന്നു:

ഓരവളെ പിടിച്ചോണ്ടു പോയി.

ഇടയിൽക്കേറി കുഞ്ഞാലി ചോദിക്കുന്നു:

പട്ടാളക്കാരെന്തിനാ പിടിച്ചോണ്ടുപോയത്?

തങ്ങൾ പറയുന്നു:

വച്ചുവിളമ്പിക്കൊടുക്കാനും തുണിനനച്ചുകൊടുക്കാ നുമൊക്കെ പട്ടാളക്കാർക്കിവിടാരാ ഉള്ളത്. ഓരു കട ലിനക്കരേന്നുവന്നവരല്ലെ.

പൂക്കുഞ്ഞി ചോദിക്കുന്നു:

എന്നിട്ട്?

ക്യാമറയ്ക്കഭിമുഖമായി നടന്നുവരുന്ന തങ്ങൾ നിൽക്കുന്നു. കൂടെ കുഞ്ഞാലിയും പൂക്കുഞ്ഞിബീവിയും. തങ്ങൾ പറ യുന്നു:

എന്നിട്ടെന്താ ഓളോരു പറയണ കേട്ടില്ല. പറഞ്ഞാ കേക്കാത്തോരെ ഓറൊണ്ടോ ബെറുതെ വച്ചേക്ക ണു. ഓളെ കൊന്ന് കടലിലിട്ടു.

കുഞ്ഞാലിയും പൂക്കുഞ്ഞിയുംകൂടൊരുമിച്ച് സങ്കടത്തോടെ പറയുന്നു:

അയ്യോ.

ദൂരദൃശ്യം

ക്യാമറയ്ക്കഭിമുഖമായി നടന്നുവന്നു നിൽക്കുന്ന തങ്ങളും കുഞ്ഞാലിയും പൂക്കുഞ്ഞിബീവിയും ക്യാമറ അവരിൽനി ന്നും മുകളിലേക്കുയർന്നുപൊങ്ങി നിശ്ചലമാകുന്നു. തങ്ങൾ തുടർന്നു പറയുന്നു:

ഈ കഥ കേട്ടപ്പം നിങ്ങക്ക് സങ്കടം വന്നില്ലെ?

കുട്ടികൾ ശരിയാണെന്ന് സമ്മതിക്കുന്നു.

ഉം.
അതുപോലാ കടലിന്റേം കാര്യോം. അതിനും സങ്കടായി. പട്ടാളക്കാരു കടലിലേക്കെറിഞ്ഞ ആയിഷെ കൂട്ടിക്കൊണ്ടുവരാനാ കടലിങ്ങനെ വന്നോണ്ടും പോക്കോണ്ടും ഇരിക്കണെ.

പൂക്കുഞ്ഞി ചോദിക്കുന്നു:

എന്നിട്ടീക്കടലിനിനീം ഓളെ കിട്ടീല്ലെ?

തങ്ങൾ പറയുന്നു:

ഓളു ജിന്നായി നടക്കുകല്ലെ. നിലാവുള്ള രാത്തിരീലാ ഓളു പുറത്തിറങ്ങുക. ബീക്കുട്ടി നിലാവൊള്ളപ്പം മിറ്റത്തിറങ്ങുവോ.

ചെറിയ ശബ്ദത്തിൽ ഇല്ലെന്ന അർഥത്തിൽ സമ്മതം മൂളി പൂക്കുഞ്ഞിബീവി എന്തോ ആലോചിച്ചുനിൽക്കുന്നു.

സീൻ - നാൽപ്പത്.

**തങ്ങളുടെ വീട് -
അടുക്കളവശത്തെ മുറ്റം-രാത്രി
മധ്യദൂരദൃശ്യം**

പാത്തു മുറ്റത്തേക്കുള്ള തിണ്ണയിലിരുന്ന് പാത്രം കഴുകുന്നു. തൊട്ടടുത്തായി തിണ്ണയിൽ കുഞ്ഞാലി കൈകഴുകിക്കൊണ്ടു നിൽക്കുന്നു. ഇതിനിടയിൽ കൈകഴുകാനായി തിണ്ണയിലേക്കുവന്ന പൂക്കുഞ്ഞിബീവി കൈകഴുകുന്നതിനിടയിൽ ആകാശത്തേക്ക് നോക്കിക്കൊണ്ട് കുഞ്ഞാലിയോട് ചോദിക്കുന്നു:

ഞ്ഞി കണ്ടോ? നിലാവിനുള്ളീലൊരു കല.

കൈ കഴുകുന്നതിനിടയിൽ മേലേക്കു നോക്കിക്കൊണ്ട് കുഞ്ഞാലി പറയുന്നു:

നൊണ.

പൂക്കുഞ്ഞി വിടാൻ ഭാവമില്ല. അവളവനോട് പറയുന്നു:

ഞ്ഞി സൂക്ഷിച്ചു നോക്ക്.

അങ്ങനെയെങ്കിലങ്ങനെയെന്നമട്ടിൽ പൂക്കുഞ്ഞിയെ സങ്കടപ്പെടുത്തണ്ടാന്നു കരുതി കുഞ്ഞാലി പറയുന്നു:

ആ കണ്ട്.

മധ്യദൃശ്യം

പൂക്കുഞ്ഞി തുടർന്നു ചോദിക്കുന്നു:

അതെന്താന്നറിയുവൊ അനക്ക്.

മധ്യസമീപദൃശ്യം

മേലേക്കു നോക്കിക്കൊണ്ടു നിന്ന കുഞ്ഞാലി തിരിഞ്ഞ് പൂക്കുഞ്ഞിയെനോക്കി പറയുന്നു:

ആ.

മധ്യദൂരദൃശ്യം

ആധികാരികമായി പൂക്കുഞ്ഞി പറയുന്നു:

അതാ ചന്ദ്രന്റെ ഖൽബിലെ കറ.

പൂക്കുഞ്ഞി തുടർന്ന് കുഞ്ഞാലിയോട് പറയുന്നു:

അറിയുവൊ. ചന്ദ്രൻ വലിയ സങ്കടക്കാരനാ.

ഇതിനിടയിൽ പൂക്കുഞ്ഞിബീവിയെ അന്വേഷിച്ച് വീട്ടിനകത്തുനിന്നും തിണ്ണയിലേക്ക് വന്ന ആറ്റബീവി ദേഷ്യത്തോടെ പറയുന്നു:

മതി നിന്റെ ബയള്. വേഗം വന്നൊറങ്ങാൻ നോക്ക്.

സീൻ - നാൽപ്പത്തിഒന്ന്.

പ്രാഥമിക വിദ്യാലയം - പ്രഥമ അധ്യാപകന്റെ മുറി - പകൽ
മധ്യദൂരദൃശ്യം

പൂക്കോയതങ്ങൾ പ്രഥമ അധ്യാപകന്റെ മുറിയിലെ കസേരയിലിരിക്കുന്നു. കസേരയുടെ ഒരുവശത്ത് പൂക്കുഞ്ഞിയും പിന്നിൽ കുഞ്ഞാലിയും നിൽക്കുന്നുണ്ട്. വിദ്യാലയത്തിലെ അധ്യാപകർ മുറിയുടെ പുറത്തേക്കുള്ള വാതിലിനടുത്തും അധ്യാപകരല്ലാത്ത രണ്ടുമൂന്നു ജീവനക്കാർ വാതിലിനു പുറത്തും നിൽക്കുന്നു. തങ്ങൾ അക്ഷമനായി പിന്നിലേക്ക് തിരിഞ്ഞു നോക്കുന്നു. പ്രഥമ അധ്യാപകന്റെ കസേര ഒഴിഞ്ഞുകിടക്കുകയാണ്. എല്ലാവരും അദ്ദേഹത്തെ പ്രതീക്ഷിച്ചിരിക്കുന്നു. ഇതിനിടയിൽ ഏതാണ്ട് നാൽപ്പത്തഞ്ച് വയസ്സ് തോന്നിക്കുന്ന ശങ്കരക്കുറുപ്പ് വിയർത്തുകുളിച്ച് മുറിക്കകത്തേക്കു കയറിവന്ന് കസേരക്കടുത്തുനിന്നുകൊണ്ട് ക്ഷമാപണത്തോടെ പറയുന്നു:

അല്ല. ഇതെന്തു കഥ. വരുന്നൂന്നൊറിയിച്ചിരുന്നെ. അല്ലേത്തന്നെ ഇങ്ങോട്ടുവന്ന് ബുദ്ധിമുട്ടണാരുന്നോ. പറഞ്ഞിരുന്നേ ഞാനങ്ങോട്ട് വരുമാരുന്നല്ലോ.

സഗൗരവം തങ്ങൾ പറയുന്നു:

മാഷിരി. വിയർപ്പൊന്ന് കുറയട്ടെ.

മധ്യദൂരദൃശ്യം

ശങ്കരക്കുറുപ്പ് കസേരയിൽ ഇരിക്കുന്നതിനിടയിൽ ജാള്യത്തോടെ പറയുന്നു:

ഞാനൊരു ചായ കുടിക്കാൻ പോയി.

തമാശയായിട്ട് തങ്ങൾ പറയുന്നു:

ഞമ്മളുതാമസിച്ചുപോയി. അല്ലേലൊരുമിച്ച്പോകാർന്നു.

എന്നിട്ട് വിഷയം മാറ്റിക്കൊണ്ട് തങ്ങൾ പറയുന്നു.

ഈ കുട്ടികളെ ഇസ്കൂളീ ചേർക്കണം. അതിനാ ഞാൻ ബന്നെ. ബേണ്ടതെന്താന്നുവച്ചാ ചെയ്യണം.

ലാഘവത്തോടെ ശങ്കരക്കുറുപ്പ് പറയുന്നു:

അതിനെന്നാ. പേരും ജനനത്തീയതീം പറഞ്ഞാ മതി. രെജിസ്റ്ററിലെഴുതിച്ചേർത്തോളാം.

മധ്യദൂരദൃശ്യം

എന്നിട്ട് വാതിൽക്കൽ നിൽക്കുന്നവരോട് പറയുന്നു

ആ രജിസ്റ്ററിങ്ങെടുക്ക്.

വാതിൽക്കൽ നിന്നവരിലൊരാൾ മുറിക്കകത്തേക്കുവന്ന് തടിച്ച ഒരു പുസ്തകമെടുത്ത് ശങ്കരക്കുറുപ്പിരിക്കുന്ന കസേരയുടെമുന്നിൽ കിടക്കുന്ന മേശപ്പുറത്ത് വയ്ക്കുന്നു. പുസ്തകത്തിന്റെ താളുകൾ മറിച്ച് പുതിയ ഒരു താളെടുത്തതിൽ എഴുതാൻ തുടങ്ങുന്നതിനിടയിൽ ശങ്കരക്കുറുപ്പ് ചോദിക്കുന്നു:

പേരെന്തായെഴുതേണ്ടേ?

തങ്ങൾ പേരു പറഞ്ഞുകൊടുക്കുന്നു.

എ പി കുഞ്ഞാലി

മധ്യദൂരദൃശ്യം

എഴുതുന്നതിനിടയിൽ ശങ്കരക്കുറുപ്പ് ചോദിക്കുന്നു:

ജനനത്തീയതി?

തങ്ങൾ പറയുന്നു:

ആയിരത്തിത്തൊള്ളായിരത്തി എഴുപത്തിനാല് ജനുവരി ഇരുപത്തിയാറ്.

എഴുതുന്നതിനിടയിൽ ശങ്കരക്കുറുപ്പ് പറയുന്നു:

തീയതി മറക്കുകേല. റിപ്പബ്ലിക് ഡേയല്ലെ:

അത്രകാര്യമാക്കാതെ തങ്ങൾ പറയുന്നു:

അല്ലേലും മറക്കാൻ വെഷമാ.

ശങ്കരക്കുറുപ്പ് തല ഉയർത്തിനോക്കിയിട്ട് വീണ്ടും എഴുതിത്തുടങ്ങുന്നു. ഒരുനിമിഷം കഴിഞ്ഞ് തങ്ങൾ പറയുന്നു:

ഇനി അടുത്തയാളുടെ പേരെഴുതിക്കോ. എ പി പൂക്കുഞ്ഞിബീവി. ജനനത്തീയതി മുമ്പു പറഞ്ഞതു തന്നെ.

എഴുതുന്നതിനിടയിൽ ശങ്കരക്കുറുപ്പ് സംശയം ചോദിക്കുന്നു:

ഇരട്ട പെറ്റതാ.

വാതിൽക്കൽ നിന്നവരിലൊരാൾ മുറിക്കകത്തേക്ക് വന്ന് പ്രധാന അധ്യാപകന്റെ കസേരയുടെ അടുത്തുനിന്നുകൊണ്ട് അർഥംവച്ച് പറയുന്നു:

മാഷിനക്കാര്യമൊന്നുമറിയില്ലെ. ഇതാ അടിമകെടന്ന പെണ്ണിന്റെ കുട്ടിയല്ലേ. ഓളപ്പഴേ പോയി.

മധ്യദൃശ്യം

എന്നിട്ടയാൾ തങ്ങളോട് പറയുന്നു:

ഓനെ തങ്ങള് മതം മാറ്റിച്ചത് ശരിയായില്ലെന്നൊരു കൂട്ടരിപ്പഴും പറയണൊണ്ട്.

സംഗീതം തുടങ്ങുന്നു. തനിക്കും ഇതറിയാമെന്ന മട്ടിൽ തങ്ങൾ പറയുന്നു:

കുറ്റമ്പറയണോരെ ഒന്നും ഞാനവിടപ്പംകണ്ടില്ല. ഓനുമൊല കൊടുക്കാനൊരുത്തിയേം ആടെ ഞാൻ കണ്ടൂല്ല. ഹിന്ദു ആയിട്ടെനിക്കോനെ അറക്കലു വളത്താനൊക്കുവൊ. എന്റെ ബീവി ഓനു മൊലക്കൊടുക്കുവൊ. ഓളോടെനിക്കൊരു സമാധാനം പറയണ്ടെ?

തന്റെ പരാമർശം തങ്ങൾക്കത്ര ഇഷ്ട്പ്പെട്ടില്ലെന്നു മനസിലാക്കിയ അയാൾ പറയുന്നു:

ചില കൂട്ടരൊക്കെ ഈടെ പറഞ്ഞോണ്ട് നടക്കണ കാര്യം പറഞ്ഞൂന്നേള്ളൂ.

സമീപമധ്യദൃശ്യം

തങ്ങൾ തുടർന്നു പറയുന്നു:

പറയണോർക്കെന്താ ഇപ്പം ഓനൊരു ബാപ്പേണ്ട്. അന്റെ കാലം കഴിഞ്ഞാ അറക്കലെ കാര്യങ്ങളു നോക്കിനടത്തേണ്ടതോനാ.

വിഷയം മാറ്റിക്കൊണ്ട് ശങ്കരക്കുറുപ്പ് ചോദിക്കുന്നു:

രക്ഷാകർത്താവിന്റെ പേരു രണ്ടാൾക്കും ഒന്നുതന്നെ മതിയല്ലോ.

സംശയമില്ലാതെ തങ്ങൾ പറയുന്നു:

എന്റെ പേരു മതി രണ്ടാൾക്കും.

എഴുതിക്കൊണ്ടിരിക്കുന്നതിനിടയിൽ ശങ്കരക്കുറുപ്പ് പറയുന്നു:

ഇനിയൊക്കെ ഞാനെഴുതിക്കോളാം. തങ്ങളിരിക്കണെന്നില്ല.

തങ്ങളെണീക്കുന്നതിനിടയിൽ പറയുന്നു:

എന്നാ ഞാനിറങ്ങട്ടെ. പിന്നിവരുടെ പേരിലൊരു ശ്രദ്ധവേണം. വെറുക്കനെ സമയം മെനക്കെടുത്താനല്ല ഞാനിവരെ മാഷെ ഏപ്പിക്കണെ.

സീൻ - നാൽപ്പത്തിരണ്ട്.

തങ്ങളുടെ വീട് - കടൈശിപ്പാത്തുവിന്റെ കിടപ്പുമുറി - രാത്രി മധ്യദൂരദൃശ്യം

പാത്തുവിന്റെ കിടപ്പുമുറിയിലെ നിലത്ത് കത്തിച്ചുവച്ചിരിക്കുന്ന മണ്ണെണ്ണവിളക്കിന്റെ പ്രകാശത്തിൽ കുഞ്ഞാലി പായിൽ കമഴ്ന്നുകിടന്ന് പുസ്തകം പായയിൽ വച്ച് വായിച്ചുകൊണ്ടിരിക്കുന്നു. തൊട്ടടുത്തായി നിലത്തിരുന്ന് പ്രാർഥനക്കുള്ള വെള്ള വസ്ത്രം ധരിച്ച പാത്തു മുട്ടിൽ നിന്ന് ശബ്ദം താഴ്ത്തി പ്രാർഥന ഉരുവിടുന്നു.

മധ്യസമീപദൃശ്യം

കുഞ്ഞാലി പായിൽ കമഴ്ന്നുകിടന്ന് പുസ്തകം പായയിൽ വച്ച് വായിച്ചുകൊണ്ടിരിക്കുന്നു.

സീൻ - നാൽപ്പത്തിരണ്ട് (എ).

തങ്ങളുടെ വീട് - കടൈശാപ്പാത്തുവിന്റെ കിടപ്പുമുറി - രാത്രി ദൂരദൃശ്യം

കിടപ്പുമുറിയിലെ നിലത്തിരുന്ന് പാത്തു ഒരു പിഞ്ഞാണത്തിൽ നിന്നും ആഹാരം കുഴച്ചുരുളയാക്കി കുഞ്ഞാലിയുടെ വായിൽ വച്ചുകൊടുക്കുന്നു. ഇപ്പോൾ പാത്തു അവളുടെ സാധാരണ വേഷത്തിലാണ്. കുഞ്ഞാലി അവൻ തന്നെ അറിയാതെ പാത്തു അവന്റെ വായിൽ വച്ചുകൊടുക്കുന്ന ഉരുള ചവച്ചിറക്കുന്നു. വീണ്ടും അവന്റെ വായിലേക്ക് ഒരുരുളവെക്കാനുള്ള പാത്തുവിന്റെ ശ്രമം തടഞ്ഞുകൊണ്ടവൻ പാത്തുവിന്റെ കൈ തട്ടിമാറ്റിക്കൊണ്ട് പറയുന്നു:

മതി.

തട്ടിമാറ്റിയ ഉരുള വീണ്ടും അവന്റെ വായോടടുപ്പിച്ചു പിടിച്ചുകൊണ്ട് പാത്തു പറയുന്നു.

ഇതുംകൂടി.

നിഷേധാർഥത്തിൽ പുസ്തകം വായിക്കുന്നതിനിടയിലവൻ പറയുന്നു:

വേണ്ട.

കുഞ്ഞാലിക്കു നീട്ടിയ ഉരുള സ്വന്തം വായിലിട്ടുകൊണ്ട് പാത്തു പറയുന്നു:

പോയി വാകഴുകി പാത്തിട്ടുവാ. എന്നിട്ട് കെടന്നോ. രാവിലെ ഇസ്കൂളിപ്പോണ്ടതല്ലെ.

കുഞ്ഞാലി എണീറ്റ് പുറത്തേക്ക് പോകുന്നു. പാത്രത്തിലുള്ള ബാക്കി ആഹാരം കഴിച്ചുകൊണ്ട് പാത്തു അവിടെത്തന്നെ ഇരിക്കുന്നു.

മധ്യദൂരദൃശ്യം

ഉറക്കംവരാതെ കുഞ്ഞാലി പായയിൽ തിരിഞ്ഞും മറിഞ്ഞും കിടക്കുന്നു. സംഗീതം തുടങ്ങുന്നു. അൽപ്പസമയത്തിനു ശേഷം മുറിയിലേക്കു വരുന്ന പാത്തു കുഞ്ഞാലി കിടക്കുന്ന പായയിലവന്റെ അരികെ വന്ന് ഇരിക്കുന്നു. ഉറങ്ങാതെ കിടക്കുന്ന കുഞ്ഞാലിയെ നോക്കി പാത്തു ചോദിക്കുന്നു:

മോനുറങ്ങിയില്ലെ എന്താ മോനുറങ്ങാത്തെ.

മധ്യദൂരദൃശ്യം

മുകളിൽനിന്നുള്ള കാഴ്ച. പായയിലിരിക്കുന്ന പാത്തുവിന്റടുത്ത് കിടക്കുന്ന കുഞ്ഞാലി ഭയത്തോടെ പറയുന്നു:

നിക്ക് പേടിബരുന്നു. ഉപ്പ പറഞ്ഞ് നിലാവത്തെറങ്ങിയാ പൂക്കുഞ്ഞിയെ ജിന്നുപിടിക്കുമെന്ന്.

കുഞ്ഞാലിയെ സമാധാനിപ്പിക്കാനായി പാത്തു ചോദിക്കുന്നു:

മോനു ബീക്കുട്ടിയെ ഇഷ്ടാണോ?

കുഞ്ഞാലി പറയുന്നു:

പെരുത്തിഷ്ടാ.

പാത്തു അവനെ സമാധാനിപ്പിച്ചുകൊണ്ട് പറയുന്നു:

ഉപ്പ പേടിപ്പിക്കാൻ പറഞ്ഞതല്ലെ. ബീക്കുട്ടിയെ ആരുമ്പിടിക്കുകേല. മോനിപ്പ ഒറങ്ങിക്കൊ.

എന്നിട്ട് പാത്തു നിലത്ത് വിരിച്ച പഴകിയ പായയിൽ കുഞ്ഞാലിയോട് ചേർന്ന് ഉറങ്ങാൻ കിടക്കുന്നു.

സീൻ - നാൽപ്പത്തിമൂന്ന്.

തങ്ങളുടെ വീട് - തങ്ങളുടെ കിടപ്പുമുറി - രാത്രി മധ്യസമീപദൃശ്യത്തിൽനിന്നും മധ്യദൂരദൃശ്യത്തിലേക്ക്

മുകളിലത്തെ മുറിയിൽ തങ്ങളുടെയും ആറ്റബീവിയുടെയും നടുക്കായി കട്ടിലിൽക്കിടന്നുറങ്ങുന്ന പൂക്കുഞ്ഞിബീവി ഉറക്കത്തിൽ ഞെട്ടിയുണർന്ന് കരയുന്നു. ഉറക്കം മുറിഞ്ഞതിലുണ്ടായ ദേഷ്യത്തോടെ പൂക്കുഞ്ഞിയുടെ നേർക്ക് തിരിഞ്ഞുകിടന്നുകൊണ്ട് ആറ്റബീവി പറയുന്നു:

കിണുങ്ങാതവിടെ കെടന്നൊറങ്ങ് പെണ്ണേ.

പൂക്കുഞ്ഞിബീവി കട്ടിലിൽ കിടന്നുകൊണ്ട് കരച്ചിൽ തുടരുന്നു. ഉറക്കമുണർന്ന തങ്ങളവളെ തന്നോട് ചേർത്തുപിടിച്ചുകൊണ്ട് സ്നേഹത്തോടെ ചോദിക്കുന്നു:

മോളെന്തിനാ കരയണെ?

കിണുങ്ങിക്കൊണ്ട് പൂക്കുഞ്ഞിബീവി പറയുന്നു:

കിനാക്കണ്ടിറ്റ്.

തങ്ങൾ അവളോട് ആരായുന്നു:

ബീക്കുട്ടി എന്തു കിനാവാ കണ്ടെ?

കിണുങ്ങിക്കൊണ്ട് പൂക്കുഞ്ഞിബീവി തുടർന്നു പറയുന്നു:

ഒരു ജിന്നെന്റെ നേർക്കുബരണപോലെ.

പൂക്കുഞ്ഞിബീവിയെ സമാധാനിപ്പിച്ചുകൊണ്ട് തങ്ങൾ പറയുന്നു:

നിലാബൊള്ളപ്പഴെ ജിന്നെറങ്ങൂന്നല്ലെ ഉപ്പാ പറഞ്ഞെ.

സമീപദൃശ്യത്തിൽനിന്നും മധ്യസമീപദൃശ്യത്തിലേക്ക്

വാശിയോടെ പൂക്കുഞ്ഞിബീവി പറയുന്നു:

ഇന്നു നിലാബൊണ്ടല്ലോ. മിറ്റത്തുനിന്നപ്പം ഞാൻ കണ്ടതാ. കുഞ്ഞാലീം കണ്ടതാണല്ലോ.

തിരിഞ്ഞുകിടന്നുകൊണ്ട് തങ്ങളെ കുറ്റപ്പെടുത്തുന്ന മട്ടിൽ ആറ്റബീവി പറയുന്നു.

അപ്പ ഇങ്ങളാ കുട്ട്യോളെ പേടിപ്പിക്കണ കഥയൊക്കെ പറഞ്ഞുകൊടുക്കണേ അല്ലേ. പാത്തൂന്റെ ബിദ്യയാ യിതൊക്കെന്നേ ഞാബിചാരിച്ചെ.

പൂക്കുഞ്ഞിബീവിയെ തന്നോട് ചേർത്തുപിടിച്ചു കിടത്തി ക്കൊണ്ട് ആറ്റബീവി അവളെ സമാധാനിപ്പിക്കാനായി പറ യുന്നു:

മോളു പേടിക്കണ്ട. ഉമ്മേന്റെ കൂടല്ലെ കിടന്നൊറങ്ങ ണെ.

മധ്യദൂരദൃശ്യം

അതൊന്നുംകൊണ്ട് പൂക്കുഞ്ഞിബീവിക്ക് സമാധാനമാവു ന്നില്ല. അവൾ ഉമ്മയോട് കെഞ്ചുന്നു.

എനക്കൊരു കഥ പറഞ്ഞുതാ. ആ രാജകുമാരീടേം ജിന്നിന്റേം

പൂക്കുഞ്ഞിബീവിയുടെ നിർബന്ധത്തിനു വഴങ്ങാതെ ആറ്റ ബീവി പറയുന്നു:

നാളെ ഇസ്കൂളിപ്പോകാനുള്ളതാ. വേഗം കിടന്നൊ റങ്ങാൻ നോക്ക്.

തിരിഞ്ഞ് കിടക്കുന്നതിനിടയിൽ ആറ്റബീവി തുടർന്ന് പറ യുന്നു:

അല്ലേലെന്റെകയ്യീന്നുവല്ലോം കിട്ടും കേട്ടോ. പറ ഞ്ഞേക്കാം.

പൂക്കുഞ്ഞിബീവി കിണുങ്ങിക്കൊണ്ട് കിടക്കുന്നു. തങ്ങള വളെ തന്നോടുചേർത്തുകെട്ടിപ്പിടിച്ചുകൊണ്ട് സമാധാനിപ്പി ക്കുന്നു.

ഉപ്പ നാളെ പറഞ്ഞുതരാം. ബീക്കുട്ടിയിപ്പം കെടന്നൊ റങ്ങ്. അല്ലേലുമ്മ ചീത്തപറയും.

സീൻ - നാൽപ്പത്തിനാല്.

ഇടവഴി - വൈകുന്നേരം
ദൂരദൃശ്യത്തിൽനിന്നും
മധ്യദൂരദൃശ്യത്തിലേക്ക്

കുഞ്ഞാലിയും പൂക്കുഞ്ഞിബീവിയും ഒരിടവഴിയിലൂടെ നട ന്നുവരുന്നു. തടിയുടെ ഫ്രെയിമുള്ള സ്ലേറ്റിന്റെ മുകളിൽ വച്ചിട്ടുള്ള പുസ്തകങ്ങളുടെ പുറത്തുകൂടെ ഒരു കറുത്ത റബറിട്ടു കെട്ടിയിരിക്കുന്ന പുസ്തകക്കെട്ട് കുഞ്ഞാലി തന്റെ

തോളിൽ താങ്ങിപ്പിടിച്ചുകൊണ്ട് പൂക്കുഞ്ഞിയുടെ കൂടെ നടക്കുന്നു. സംഗീതം തുടങ്ങുന്നു. പൂക്കുഞ്ഞിബീവിയുടെ സ്ലേറ്റും പുസ്തകങ്ങളും ഉള്ള സഞ്ചി പിന്നിൽ വരുന്ന അദ്രുമാൻ പിടിച്ചിരിക്കുന്നു. നടക്കുന്നതിനിടയിൽ പൂക്കുഞ്ഞിയോട് രഹസ്യമായി കുഞ്ഞാലി പറയുന്നു:

പള്ളിക്കിണറ്റിലെ വെള്ളം നീ കുടിക്കർദേ. താഹിച്ചാലുംകൂടി കുടിക്കർദ്.

നടക്കുന്നതിനിടയിൽ കുഞ്ഞാലിയെ തിരിഞ്ഞുനോക്കിക്കൊണ്ട് സംശയത്തോടെ പൂക്കുഞ്ഞിബീവി ചോദിക്കുന്നു:

ഉം അതെന്താ?

അറിവുള്ളവനെപ്പോലെ കുഞ്ഞാലി പറയുന്നു:

ആ വെള്ളത്തില് പള്ളിപ്പർമ്പിലെ മയ്യത്തുകളുടെ നെയ്യുണ്ടെന്നാ എറമുള്ളാനിക്ക പറഞ്ഞെ. നീയാ വെള്ളം കുടിക്കർദേ.

ഭയത്തോടെ പൂക്കുഞ്ഞി പറയുന്നു:

എന്റള്ളോ.

ദൂരദൃശ്യം

അദ്രുമാന്റെ പിന്നിൽ നിന്നുള്ള കാഴ്ച. മുന്നിൽ പൂക്കുഞ്ഞിബീവിയും കുഞ്ഞാലിയും നടക്കുന്നു. കുഞ്ഞാലി പറഞ്ഞതുകേട്ട അദ്രുമാൻ ഭയത്തോടെ പറയുന്നു.

ന്റയ്യോ.

എന്നിട്ട് വേഗത്തിൽ കുട്ടികളുടെ അടുത്തേക്ക് ചേർന്നു നടക്കുന്നു.

സീൻ - നാൽപ്പത്തിയഞ്ച്. **തങ്ങളുടെ വീട് - മുൻവശത്തെ ഇറയം - വൈകുന്നേരം മധ്യദൂരദൃശ്യം**

വീടിനു മുൻവശത്തെ ഇറയത്തിട്ടിരിക്കുന്ന ബെഞ്ചിൽ നമ്പ്യാരിരിക്കുന്നു. തൊട്ടടുത്ത് കസേരയിൽ തങ്ങളും. സ്കൂൾവിട്ട് ഒരു കയ്യിൽ കുടയും മറ്റേക്കയ്യിൽ പുസ്തകം നിറച്ച സഞ്ചിയുമായി പൂക്കുഞ്ഞിബീവി ഇറയത്തേക്കോടി കയറിവന്ന് തങ്ങളോട് ചേർന്നു നിൽക്കുന്നു. സ്വീകരണമുറിയിലെ കസേരകളിൽ രണ്ടു പേരിരിക്കുന്നു. അവർക്കഭിമുഖമായി തങ്ങളും ഇരിക്കുന്നു. പൂക്കുഞ്ഞിബീവി സ്കൂളിൽനിന്നും വരുന്ന വേഷത്തിൽ കയ്യിൽ സ്ലേറ്റും പുസ്തകങ്ങളുമായി സ്വീകരണമുറിയിലേക്കു കയറി വരുന്നു.

പൂക്കുഞ്ഞി ബീവിയെ കണ്ട തങ്ങൾ പറയുന്നു:

ബീക്കുട്ടി ഇങ്ങെത്തിയോ. ഇന്നും താമസിച്ചു. എവിടെ കളിച്ചു നടക്കുകാ. പൈക്കുന്നില്ലെ. വേഗം ചെന്ന് പള്ളേലെന്തേലും തരാക്ക്.

പൂക്കുഞ്ഞിബീവി വീടിനകത്തേക്ക് കയറിപ്പോകുന്നു.

മധ്യദൃശ്യം

നമ്പ്യാർ ചോദിക്കുന്നു:

ഏതു ക്ലാസിലായി?

നിസാരമട്ടിൽ തങ്ങൾ പറയുന്നു:

ഇക്കൊല്ലം അഞ്ചിലേക്കായി.

നമ്പ്യാർ പറയുന്നു:

നല്ല ഓർമയുണ്ട്. അമ്പലത്തിലെ ഉത്സവത്തിനു നങ്ങ്യാർകൂത്ത് നടക്കുമ്പളാ തങ്ങളെന്റടുത്ത് ബീവിക്കെന്തോ പന്തിയല്ലെന്ന് പറയണെ. ഭാഗ്യത്തിനന്നവിടൊരു വണ്ടി ഒണ്ടാർന്നു. തങ്ങൾക്കോർമണ്ടൊന്നറിയില്ല.

അയാൾ പറഞ്ഞതാസ്വദിച്ചുകൊണ്ട് തങ്ങൾ പറയുന്നു:

അതെങ്ങനെ മറക്കാനാ. വല്യ ഉപകാരായില്ലെ.

മധ്യദൃശ്യം

തമാശയായിട്ട് നമ്പ്യാർ പറയുന്നു:

അന്നു കൂത്തുകണ്ടോണ്ടിരുന്നപ്പം തങ്ങളൊരു തമാശ പറഞ്ഞു, ബീവീടെ വയറ്റിക്കിടക്കണത് പെൺകുട്ടിയാണെ നങ്ങ്യാർകൂത്ത് പഠിപ്പിക്കണെന്ന്. ഓർമയുണ്ടോ ആവോ.

തന്റെ അഭിപ്രായത്തിൽ താനിപ്പഴും ഉറച്ചുനിൽക്കുന്നു എന്ന ഭാവത്തിൽ ഗൗരവമായിട്ടു തന്നെ തങ്ങൾ പറയുന്നു:

ഓർമയൊന്നുമ്പോയിട്ടില്ല. പഠിപ്പിക്കാനാളൊണ്ടെ ക്കൊണ്ടുവാ. ഇവടെത്തടസ്സോന്നുമില്ല.

നമ്പ്യാർ തമാശരൂപത്തിൽ പറയുന്നു:

തങ്ങൾക്കത്ര മോഹാ ഞാനൊന്ന് നോക്കട്ടെ.

സീൻ - നാൽപ്പത്തിയാറ്.

തങ്ങളുടെ വീട് - തങ്ങളുടെ കിടപ്പുമുറി - രാത്രി
മധ്യദൂരദൃശ്യം

കട്ടിലിൽ കിടന്നുറങ്ങുന്ന തങ്ങളുടെയും ആറ്റബീവിയുടെയും മധ്യത്തിലായി ഉറങ്ങാതെ കിടക്കുന്ന പൂക്കുഞ്ഞി ബീവി കട്ടിലിലെണീറ്റിരുന്നിട്ട് ഉറക്കത്തിലായ ആറ്റബീവിയെ കുലുക്കിയുണർത്തിക്കൊണ്ട് പറയുന്നു:

പള്ളിക്കെണറ്റിലെ വെള്ളം കുടിക്കർദെ. അതില് മയ്യത്തിന്റെ നെയ്യുണ്ട്.

ഉറക്കം മുറിഞ്ഞ ആറ്റബീവി ചോദിക്കുന്നു:

നിന്നോടിദാരാ പറഞ്ഞെ?

മധ്യസമീപദൃശ്യം

പകുതി വിഴുങ്ങിക്കൊണ്ട് പൂക്കുഞ്ഞിബീവി സമർഥിക്കുന്നു

കുഞ്ഞാലിയോട് എറമുള്ളാനിക്കാ പറഞ്ഞതാ.

ദേഷ്യത്തോടെ ആറ്റബീവി കുഞ്ഞാലിയെ ശപിക്കുന്നു:

ഓൻ പറയണ നൊണ കേപ്പിക്കാനാണോ എന്നെ ഒണത്തിയത്. ആ ചെകുത്താന്റെ കാലിവിടേ കുത്തിയേപ്പിന്നെന്റെ ഒറക്കോം പോയല്ലോന്റെ തമ്പുരാനെ.

മധ്യദൃശ്യം

കുഞ്ഞാലിയെ ആറ്റബീവി ശപിക്കുന്നതു കേട്ട് പൂക്കുഞ്ഞി പേടിച്ചിരിക്കുന്നു. പൂക്കുഞ്ഞിബീവിയെ കെട്ടിപ്പിടിച്ചു കൊണ്ട് തങ്ങളവളെ സമാധാനിപ്പിക്കുന്നു.

നാളെ മൊതലുസ്കൂളുവിട്ടാ കളിച്ചോണ്ടു നടക്കാതെ നേരത്തെയിങ്ങുപോരെ. കൂത്ത് പഠിപ്പിക്കാനാ സാറത്തി വരും.

അതിശയത്തോടെ പൂക്കുഞ്ഞി ചോദിക്കുന്നു:

എന്നെയോ?

മധ്യസമീപദൃശ്യം

പരിഹാസത്തോടെ ആറ്റബീവി പറയുന്നു:

ആ നിന്നെത്തന്നെ. കാഫറുകളുടെ കൂത്തറിയാത്ത കൊറവുവേണ്ട.

മധ്യസമീപദൃശ്യം

തങ്ങളവളെ തലോടിക്കൊണ്ട് പറയുന്നു:

ഉമ്മ നിന്നെ കരയിപ്പിക്കാൻ പറയണതാ. ബീക്കുട്ടിയിപ്പം കെടന്നൊറങ്ങ്.

എന്നിട്ടവളെ തന്നോട് ചേർത്ത് കിടത്തി ഉറക്കുന്നു.

സീൻ - നാൽപ്പത്തിയേഴ്.

തങ്ങളുടെ വീട് - മുൻപിലത്തെ സ്വീകരണമുറി - വൈകുന്നേരം
മധ്യദൃശ്യം

സാരിയുടുത്ത ഒരു ചെറുപ്പക്കാരിക്കഭിമുഖമായി ഇരിക്കുന്ന പാവാടയും ബ്ലൗസുമിട്ട പൂക്കുഞ്ഞിബീവിയെ ചെറുപ്പക്കാരി കണ്ണുസാധകം ചെയ്തു കാണിക്കുന്നു. സാറത്തി പഠിപ്പിക്കുന്നു.

ആദ്യം കൈ കെട്ട്. അങ്ങനെയല്ല, നല്ല വൃത്തിയായിട്ട്. നിവർന്നിരുന്ന്. പുരികം മുകളിലോട്ടും താഴോട്ടും. ഇതുപോലെ. കണ്ണ് നന്നായിട്ട് മിഴിച്ചുവക്കണം. ഇതുപോലെ.

മധ്യദൃശ്യം

ചെറുപ്പക്കാരി കൈ സാധകം ചെയ്ത് കാണിക്കുന്നു. പൂക്കുഞ്ഞിയെക്കൊണ്ട് ചെയ്യിക്കുകയും ചെയ്യുന്നു. തങ്ങൾ

കസേരയിലും നമ്പ്യാർ ജനൽപ്പടിയിലുമായിരുന്ന് ചെറുപ്പക്കാരി പഠിപ്പിക്കുന്നത് കാണുന്നു. അവർക്ക് പിന്നിലായി കുഞ്ഞാലിയും ആറ്റബീവിയും നിൽക്കുന്നു. സാറത്തി തുടർന്ന് പഠിപ്പിക്കുന്നു:

താടി ഒതുക്കി, ഇനി കൈ സാധകം ചെയ്യാം. ഇവിടെ താഴ്ത്തീട്ട് മുട്ടുയർത്തിപ്പിടിക്കണം. നിവർന്നിരുന്ന്, അങ്ങനെയല്ല താഴേം മുകളിലും, നേരേ നോക്കിയിരുന്ന്,

മധ്യദൂരദൃശ്യം

തങ്ങളും നമ്പ്യാരും അവരവരുടെ ഇരിപ്പിടങ്ങളിലിരുന്ന് ചെറുപ്പക്കാരി പഠിപ്പിക്കുന്നത് കാണുന്നു. അവർക്ക് പിന്നിലായി നിൽക്കുന്ന കുഞ്ഞാലിയും ആറ്റബീവിയും ചെറുപ്പക്കാരി തുടർന്ന് പൂക്കുഞ്ഞിയെ പഠിപ്പിക്കുന്നത് നോക്കി നിൽക്കുന്നു.

സീൻ - നാൽപ്പത്തിയെട്ട്.

തങ്ങളുടെ വീട് - കടൈശിപ്പാത്തുവിന്റെ കിടപ്പുമുറി - വൈകുന്നേരം ദൂരദൃശ്യത്തിൽനിന്നും മധ്യദൂരദൃശ്യത്തിലേക്ക്

സ്കൂളിൽനിന്നും തിരിച്ചുവരുന്ന കുഞ്ഞാലി മഴ നനയാതിരിക്കാനായി പാഠപുസ്തകം കെട്ടിവച്ചിരുന്ന സ്ലേറ്റുകൊണ്ട് തല മറച്ച് വീടിന്റെ പുറത്തെ മുറ്റത്തുനിന്നും ഓടിവന്ന് പാത്തുവിന്റെ മുറിയിലേക്ക് കയറി സ്ലേറ്റ് മുറിയുടെ ഒരറ്റത്തിരുന്ന തടികൊണ്ടുള്ള വലിയ പെട്ടിയുടെ പുറത്ത് വയ്ക്കുന്നു. എന്നിട്ട് താനിട്ടിരിക്കുന്ന നനഞ്ഞ ഷർട്ട് അഴിക്കാൻ തുടങ്ങുന്നു. ഇതിനിടയിൽ കൈയിലൊരു തോർത്തുമായി ധൃതിയിൽ മുറിയിലേക്ക് വന്ന പാത്തു അവന്റെ തലമുടിയിലെ വെള്ളം തോർത്തുകൊണ്ട് തുടച്ചുകളയുന്നതിനിടയിൽ പറയുന്നു:

ഛെ പിന്നേം നനഞ്ഞു. ഇങ്ങനെ മഴേത്ത് നടന്നാൽ പനിപിടിക്കും. കേട്ടോ. പറഞ്ഞേക്കാം.

ഷർട്ടിന്റെ കുരുക്കഴിച്ച് അത് ശരീരത്തുനിന്ന് അഴിച്ചുമാറ്റി നിലത്തേക്കിടുന്നതിനിടയിൽ കുഞ്ഞാലി പറയുന്നു:

അദ്രുമാനിക്ക ഇന്ന് സ്കൂളിലേക്ക് വന്നില്ല. ഉസ്താദാ ബീക്കുട്ടിയെക്കൂട്ടിക്കൊണ്ടുപോന്നത്. ഓരിപ്പഴും എത്തിയില്ല. ഞാനൊറ്റ ഓട്ടം ഓടി.

കുഞ്ഞാലിയുടെ തലമുടിയിലെ വെള്ളം തോർത്തുകൊണ്ട് തുടച്ചുകളഞ്ഞശേഷം അവന്റെ ശരീരത്ത് പറ്റിപ്പിടിച്ചിരുന്ന വെള്ളം പാത്തു തുടച്ചു കളയുന്നു.

മധ്യദൃശ്യം

ഇതിനിടയിൽ കുഞ്ഞാലി അവനിട്ടിരിക്കുന്ന നിക്കറിന്റെ കുരുക്കഴിക്കുന്നു. അത് ശരീരത്തിൽനിന്ന് നിലത്തേക്ക് വീഴുമെന്നുകണ്ട പാത്തു ശരീരം തുടച്ചുകൊണ്ടിരുന്ന തോർത്തുകൊണ്ടവന്റെ നഗ്നത മറച്ചുകൊണ്ട് പറയുന്നു:

കഷ്ടം കഷ്ടം.

കുനിഞ്ഞു നിന്ന് കുഞ്ഞാലിയെ തോർത്ത് ഉടുപ്പിക്കുന്നതിനിടയിൽ അവന്റെ വയറ്റത്ത് കൈകൊണ്ട് ഞെക്കിനോക്കിക്കൊണ്ട് പാത്തു പറയുന്നു:

പള്ളേലൊന്നും ഇല്ലല്ലോ. വെശന്ന് കൂറകുത്തി ഇരിക്കുവാരിക്കും. പൈക്കുന്നേനെന്തേലും ഓണ്ടോന്ന് നോക്കട്ടെ.

കുഞ്ഞാലി അവന്റെ ആവശ്യം പറയുന്നു:

നാളെ ഓത്തുപള്ളീ കൈയെഴുത്ത് ദിവസാ. ഉസ്താദിനു പൈസ കൊടുക്കണം.

നിസ്സഹായതയോടെ പാത്തു പറയുന്നു:

അയിനെന്റെ കൈയിലൊന്നുമില്ലല്ലോ. ബീക്കുട്ടിക്കും വേണ്ടേ. ഉപ്പാനോട് ചോയിക്ക്.

സീൻ - നാൽപ്പത്തിയൊൻപത്.

തങ്ങളുടെ വീട് - തങ്ങളുടെ മുകളിലത്തെ മുറി - വൈകുന്നേരം മധ്യദൂരദൃശ്യം

പൂക്കുഞ്ഞിബീവിയും കുഞ്ഞാലിയും ഗോവണിപ്പടി ഓടിക്കയറി തങ്ങളുടെ മുറിയുടെ പുറത്തുനിൽക്കുന്നു. കുഞ്ഞാലിയോട് പൂക്കുഞ്ഞി പറയുന്നു:

നീ ഇവിടെ നിന്നോ.

പൂക്കുഞ്ഞിബീവി മുറിക്കകത്തേക്ക് ഓടിപ്പോകുന്നു.

മധ്യദൂരദൃശ്യം

മുറിക്കകത്ത് കസേരയിലിരുന്ന് കണക്ക് നോക്കിക്കൊണ്ടി രിക്കുന്ന തങ്ങൾ കാൽപ്പെരുമാറ്റം കേട്ട് തിരിഞ്ഞുനോക്കു ന്നു. എന്നിട്ട് ചോദിക്കുന്നു:

ഉം. ഇന്ന് കൂത്തുപഠിപ്പിക്കാൻ സാറത്തി വന്നില്ലേ?

തങ്ങളുടെ അടുത്തേക്ക് വന്ന് അയാളുടെ കസേരയുടെ അടുത്ത് കൊഞ്ചിക്കൊഞ്ചി നിൽക്കുന്ന പൂക്കുഞ്ഞിബ്ബീവി നിഷേധാർഥത്തിൽ തലയാട്ടിക്കൊണ്ട് പറയുന്നു:

ഇല്ല. വരാറാകണേയൊള്ളൂ.

തിരിഞ്ഞുനോക്കിക്കൊണ്ട് തങ്ങൾ ചോദിക്കുന്നു:

ഉം. പിന്നെയെന്നാ?

പൂക്കുഞ്ഞി പറയുന്നു:

നാളെ കൈയെഴുത്തു ദെവസാ. ഉസ്ത്താദിനു പൈസ കൊടുക്കണം.

മധ്യദൃശ്യം

കൊള്ളാമല്ലോ എന്നമട്ടിൽ കസേരയിൽ നിന്ന് പൊങ്ങി മേശ യുടെ വിരിപ്പ് തുറന്ന് പൈസയെടുത്ത് തിരിച്ച് കസേരയി ലിരിക്കുന്നതിനിടയിൽ തങ്ങൾ പറയുന്നു:

ആഹാ നാളെയാ പൈസ കൊടുക്കണ്ടത്.

വലിപ്പിൽ നിന്നെടുത്ത പൈസ എണ്ണുന്നതിനിടയിൽ അതിൽനിന്നൊരു നോട്ടെടുത്ത് പൂക്കുഞ്ഞിക്ക് കൊടുത്തിട്ട് തങ്ങൾ ചോദിക്കുന്നു:

ഇത്രേം രൂപ കൊടുക്കണ വേറെ കുട്ടികളൊണ്ടോ. ബീക്കുട്ടിയാട്ടെപസ്റ്റ് - ഇനി പൊക്കോ.

രൂപ വാങ്ങിച്ചിട്ടും പോകാതെ നിൽക്കുന്ന പൂക്കുഞ്ഞിബ്ബീ വിയെ നോക്കിക്കൊണ്ട് തങ്ങൾ ചോദിക്കുന്നു:

ഇനിയെന്താ?

പൂക്കുഞ്ഞിബ്ബീവി പറയുന്നു:

കുഞ്ഞാലീടേം കൂടി.

സമീപദൃശ്യം

പൂക്കുഞ്ഞിബ്ബീവിയെ സൂക്ഷിച്ചുനോക്കിക്കൊണ്ട് തങ്ങൾ ചോദിക്കുന്നു:

നീയാ ഓന്റെ കണക്കപ്പിള്ള. ഓനു ബേണെ ഓൻ ബരട്ടെ.

മധ്യദൃശ്യം

വാതിൽക്കലേക്ക് തിരിഞ്ഞു നോക്കിക്കൊണ്ട് പൂക്കുഞ്ഞി ബീവി വിളിച്ചുപറയുന്നു:

കുഞ്ഞാലീ, ബേഗം വാ.

മടിച്ചുമടിച്ച് കുഞ്ഞാലി മുറിയിലേക്ക് കയറിവന്ന് തങ്ങളുടെ മുന്നിൽ നിൽക്കുന്നു. തങ്ങളവനെ നോക്കി പറയുന്നു:

കൂട്ടുകമ്പിനിയാ. നിനക്കെത്രയാ വേണ്ടെ?

കയ്യിലിരുന്ന പൈസയിൽനിന്ന് ഒരു നോട്ടെടുത്ത് കുഞ്ഞാലിക്കുകൊടുത്തുകൊണ്ട് തങ്ങൾ പറയുന്നു:

അറക്കലെ നാളത്തെ അവകാശിയല്ലെ. നീയും മോശാകണ്ട.

സീൻ - അൻപത്.

തങ്ങളുടെ വീട് -
അടുക്കളയോട് ചേർന്ന മുറി -
വൈകുന്നേരം
മധ്യദൂരദൃശ്യം

മുറിയുടെ ഒരറ്റത്ത് ജനലിനോട് ചേർന്ന് ഉയർത്തിക്കെട്ടിയിരിക്കുന്ന ഇരിപ്പിടത്തിലെ നിലത്ത് കമഴ്ന്ന് കിടക്കുന്ന ആറ്റബീവിയുടെ അടുത്തിരുന്ന് അവരുടെ തലമുടിക്കിടയിലൂടെ വിരലുകളോടിച്ച് ആറ്റബീവിയോട് തലയിലമർത്തി തിരുമ്മുകയാണടുത്തിരിക്കുന്ന പാത്തു. തലയിൽ തടവുന്ന പാത്തുവിനോട് ദേഷ്യത്തിൽ ആറ്റബീവി ചോദിക്കുന്നു:

നീയെന്താ പട്ടിണിയാ? അമർത്തി തിരുമ്മെടി...

ഇതിനിടയിൽ പൂക്കുഞ്ഞിബീവി രൂപയുടെ നോട്ടും കൈയിൽ പിടിച്ച് ആറ്റബീവിയുടെ അടുത്തേക്ക് വന്ന് അവരുടെ അടുത്തായിരുന്നുകൊണ്ട് കയ്യിലിരുന്ന രൂപയുടെ നോട്ടുയർത്തി ആറ്റബീവിയെ കാണിച്ച് പൂക്കുഞ്ഞിബീവി പറയുന്നു:

നോക്കുമ്മാ, കൈയെഴുത്തിനുസ്ത്താദിനു കൊടുക്കാനാ.

മധ്യദൂരദൃശ്യം

രൂപാനോട്ടിലേക്ക് സൂക്ഷിച്ചുനോക്കിക്കൊണ്ട് ആറ്റബീവി ചോദിക്കുന്നു:

എവിടുന്നാടീ നിനക്കിത്രേം പൈസ കിട്ടിയത്. ഉപ്പാടെ മേശേന്നു കട്ടതാ?

അല്ലെന്നു തലയാട്ടിക്കൊണ്ട് പൂക്കുഞ്ഞുബീവി പറയുന്നു:

ഉപ്പ തന്നതാ. അല്ലെ കുഞ്ഞാലിയോട് ചോയിച്ചു നോക്ക്.

ദേഷ്യത്തോടെ പിന്നിലേക്കുതിരിഞ്ഞുനോക്കുന്ന ആറ്റബീവി പാത്തുവിന്റെ പിന്നിലൊളിച്ചുനിൽക്കുന്ന കുഞ്ഞാലിയോട് പറയുന്നു:

വാടാ ഇവിടെ.

പേടിച്ചുപേടിച്ച് ആറ്റബീവിയുടെ അടുത്തേക്ക് കുഞ്ഞാലി നടന്നുവന്ന് നിൽക്കുന്നു.

മധ്യദൃശ്യം

അവനെ നോക്കിക്കൊണ്ട് ആറ്റബീവി ചോദിക്കുന്നു:

നിനക്കെത്ര കിട്ടി?

കുഞ്ഞാലി ഒന്നും മിണ്ടാതെ ഇപ്പം കരയുമെന്ന ഭാവത്തിൽ നിൽക്കുന്നു.

ആറ്റബീവി ശബ്ദമുയർത്തി പറയുന്നു:

കൈ തുറക്കെടാ...

ഭയന്നുവിറച്ച കുഞ്ഞാലി കൈ തുറക്കുന്നു. കൈയിൽ നിന്നും രൂപയുടെ നോട്ട് എടുത്തുകൊണ്ട് ആറ്റബീവി ആരോടെന്നില്ലാതെ പറയുന്നു.

നെനക്കും പത്തുരൂപയോ. ഇവിടെന്നാ പൈസ മര ത്തേലാ ഒണ്ടാവുക.

സമീപദൃശ്യം

രൂപയുടെ നോട്ടും കൈയിൽ പിടിച്ച് പൂക്കുഞ്ഞിബീവിയെ ശാസിച്ചുകൊണ്ട് ആറ്റബീവി പറയുന്നു:

എന്താടീ അസത്തെ നോക്കിനിക്കണെ.

ദൂരദൃശ്യത്തിൽനിന്ന് മധ്യദൃശ്യത്തിലേക്ക്

ആറ്റബീവി തുടർന്നു പറയുന്നു;

പോയിരുന്ന് പഠിക്ക്

പൂക്കുഞ്ഞിബീവി ഓടിപ്പോകുന്നു. ആറ്റബീവി എണീറ്റ് പുറത്തേക്ക് പോകുന്നു.

കുഞ്ഞാലി വിങ്ങിപ്പൊട്ടിക്കരയുന്നു. അവനെ ആശ്വസിപ്പിച്ചുകൊണ്ട് കടൈശിപ്പാത്തു പറയുന്നു:

മോൻ കരയണ്ട. ഉസ്ദാതിനു കൊടുക്കാനുള്ള പൈസ ഞാൻ തരാം. നേരം വെളുക്കട്ടെ.

ഏങ്ങലടിച്ച് കരഞ്ഞുകൊണ്ട് നിൽക്കുന്ന കുഞ്ഞാലിയെ കെട്ടിപ്പിടിച്ചാശ്വസിപ്പിച്ചുകൊണ്ട് പാത്തുപറയുന്നു:

മോനെ, ഞ്ഞി ബലിയവീട്ടിലെ ചെറിയ കുഞ്ഞായി പ്പോയില്ലെ.

സീൻ - അൻപത്തിയൊന്ന്.

തങ്ങളുടെ വീട് - കടൈശിപ്പാത്തുവിന്റെ കിടപ്പുമുറി - വൈകുന്നേരം മധ്യദൃശ്യത്തിൽനിന്ന് മധ്യദൂരദൃശ്യത്തിലേക്ക്

മുറിയിലെ നിലത്ത് വിരിച്ച പായയിൽ കുഞ്ഞാലി പനിച്ച് കിടക്കുന്നു. അവനെ പുതപ്പിച്ചിട്ടുണ്ട്. അടുത്തിരുന്ന് ശുശ്രൂഷിക്കുന്ന ആറ്റബീവി അവന്റെ നെറ്റിയിൽ നനഞ്ഞ തുണി വച്ച് നെറ്റിയിലെ ചൂട് കുറയ്ക്കുന്നു. പാത്തു വന്ന് കുഞ്ഞാലിയുടെ മറുവശത്ത് ഇരിക്കുന്നതോടെ ക്യാമറ പിന്നോട്ട് മാറുന്നു.

ഇപ്പോൾ അവർ മൂന്നുപേരെയും കാണാം. ആറ്റബീവി പറയുന്നു:

ചൂടുകൊറെ കൊറഞ്ഞിട്ടൊണ്ട്.

ആറ്റബീവിയെ സമാധാനിപ്പിച്ചുകൊണ്ട് പാത്തുപറയുന്നു:

പേടിച്ചിട്ടാരിക്കും.

മധ്യദൃശ്യം

പാത്തുവിനോട് ആറ്റിബീവി പറയുന്നു:

അടുക്കളേലത്തെ കാര്യമാന്താക്കണ്ട. കുഞ്ഞിന്റ ടുത്തു ഞാനിരിന്നോളാം.

സീൻ - അൻപത്തിരണ്ട്. **തങ്ങളുടെ വീട് - മുൻപിലത്തെ സ്വീകരണമുറി - വൈകുന്നേരം മധ്യദൂരദൃശ്യം**

ഭിത്തിയോട് ചേർന്ന് മുറിയിലിട്ടിരിക്കുന്ന ബഞ്ചിൽ ആറ്റ ബീവി ഇരിക്കുന്നു. അടുത്തായി നങ്ങ്യാർകൂത്ത് പഠിപ്പി ക്കാൻ വരുന്ന സ്ത്രീയും ഇരിപ്പുണ്ട്. അവരുടെ നടുവിലായി ജനലിനോട് ചേർന്നിരിക്കുന്ന പാത്തുവിന്റെ മടിയിൽ പൂക്കു ഞ്ഞിബീവി ഇരിക്കുന്നു. നങ്ങ്യാർകൂത്ത് പഠിപ്പിക്കാൻ വരുന്ന സ്ത്രീയോടായി ആറ്റബീവി പറയുന്നു:

അറക്കലമ്പലത്തിലുത്സവം കാണാൻ പോകും. കൊട്ടകേലെ സിനിമ നല്ലതാന്നാരേലും പറഞ്ഞാ പോകും. അത്രേക്കേള്ളെന്റെ യാത്ര. അതിനപ്പുറ ത്തൊന്നും ഞാൻ പോയിട്ടില്ല. നിങ്ങളൊക്കെ ഭാഗ്യം ചെയ്തോരാ. അതല്ലെ ഇക്കണ്ട നാടൊക്കെ കാ ണാൻ പറ്റണെ.

മധ്യസമീപദൃശ്യം

നങ്ങ്യാർകൂത്ത് പഠിപ്പിക്കുന്ന സ്ത്രീ നിരാശയോടെ പറ യുന്നു

ബീവിക്കങ്ങനെ തോന്നണതാ. പരിപാടികിട്ടണ തൊക്കെ വല്ലപ്പഴുമാ. കിട്ടിയാതന്നെ ദക്ഷിണ കൊടു ക്കണപോലല്ലെ കൂലി തരണത്.

സമീപമധ്യദൃശ്യം

തുടർന്ന് നങ്ങ്യാർകൂത്ത് പഠിപ്പിക്കാൻ വരുന്ന സ്ത്രീ പറ യുന്നത്, അവർ പറയുന്നത് കേട്ടിരിക്കുന്ന പാത്തുവിന്റെയും പാത്തുവിന്റെ മടിയിലിരിക്കുന്ന പൂക്കുഞ്ഞിബീവിയുടെയും ദൃശ്യത്തിൽ കേൾക്കാം:

പിന്നിതൊറ്റക്കുചെയ്യാനും പറ്റുകേല. കൊട്ടുകാരും വരണം. ബസ്സ് കാത്തുനിന്ന് കഷ്ടപ്പെടുമ്പം വേണ്ടാർന്നെന്ന് തോന്നും. ആളോളടെമുന്നിൽ നിന്നു കളിക്കുമ്പഴത്തെ ഒരുരസോർത്താ പോണെ.

സമീപമധ്യദൃശ്യം

ആറ്റബീവി പറയുന്നു:

ഞാനും അറക്കലമ്പലത്തിവച്ചൊരു തവണ കണ്ടിട്ടൊണ്ട്. ഒന്നും തിരിഞ്ഞിട്ടില്ല. എനിക്കാണെ സമയം അടുത്തിരിക്കുവേമാ. ഞാനില്ലെന്ന് തങ്ങളോട് പറഞ്ഞതാ. ഇവിടാദ്യായിട്ടാന്നും പറഞ്ഞു നിർബന്ധിച്ച് കൊണ്ടോയതാ. എന്നിട്ടെന്തുപറ്റി. പരിപാടിക്കിടേലെനിക്ക് നൊമ്പലം തൊടങ്ങി. ഇരിക്കാനും പറ്റണില്ല നിക്കാനും പറ്റണില്ല. ഇവളാണെ വയറ്റിക്കിടന്നൊണ്ട് എരിപൊരി സഞ്ചാരം.

മധ്യദൂരദൃശ്യം

ഇതുകേട്ട പൂക്കുഞ്ഞിബീവി അടക്കിച്ചിരിക്കുന്നു. ആറ്റബീവി തുടർന്നു പറയുന്നു:

നിനക്കിപ്പം ചിരിക്കാം. ഞാനനുഭവിച്ച വേദന വല്ലോം പറയാനൊക്കുവൊ. ഈ കൊട്ടിന്റെ ബഹളത്തിലു തങ്ങളോടൊന്നും പറയാനും പറ്റണില്ല. തങ്ങളാണെ കളികാണണ തിരക്കിലും. എന്തായാലും കൂടുതൽ വേദന തിന്നില്ല. ആസ്പത്രീലെത്തിയതും കാര്യം കഴിഞ്ഞു. അതിന്റെ ഓർമക്കായിട്ട് ബീക്കുട്ടിയെ കളി പഠിപ്പിക്കണന്ന് തങ്ങക്കായിരുന്നു വാശി. ഞാനെതിർത്തതാ. ഇഷ്ടയില്ലാഞ്ഞിട്ടല്ല. തങ്ങടെ രീതിയൊന്നും ഞങ്ങടെ കൂട്ടർക്ക് പിടിക്കണില്ല. എതിർപ്പ് കൂട്ടണ്ടാന്നുകരുതിയാ ഇതൊന്നും പഠിപ്പിക്കെണ്ടാന്ന് ഞാൻ പറഞ്ഞെ.

മധ്യദൂരദൃശ്യം

സ്ത്രീ പറയുന്നു:

ഞാൻ പഠിപ്പിക്കണോണ്ടല്ല. ബീക്കുട്ടി ശ്രമിച്ചാൽ നന്നാവും. മുദ്രയൊക്കെ വേഗം പഠിക്കണൊണ്ട്. ഒരു നിമിഷത്തിനുശേഷം സ്ത്രീ പറയുന്നു:
എന്നാ ഞങ്ങളുതൊടങ്ങട്ടെ.

എന്നിട്ടവർ പൂക്കുഞ്ഞിബീവിയോട് പറയുന്നു:

വരൂ കുട്ടീ...

കടൈശിപ്പാത്തുവിന്റെ മടിയിൽനിന്നും എണീറ്റ പൂക്കുഞ്ഞി ബീവി സാറത്തിയുടെ മുന്നിൽ പരിശീലനത്തിനു തയാറായി നിൽക്കുന്നു. ഇതിനിടയിൽ ആറ്റബീവി കുറെ രൂപ എടുത്ത് സാറത്തിയുടെ നേർക്ക് നീട്ടിപ്പിടിച്ചുകൊണ്ട് പറയുന്നു:

സാറത്തിക്ക് കൊടുക്കാമ്പറഞ്ഞ് ബീക്കുട്ടീടുപ്പയേ പ്പിച്ചതാ. ഇപ്പം തന്നില്ലെ ഞാൻ മറക്കും. ആറ്റബീവികൊടുത്ത രൂപ രണ്ടുകൈകൊണ്ടും വാങ്ങിയിട്ട് തിരിഞ്ഞിരിക്കുന്ന സ്ത്രീ പൂക്കുഞ്ഞിബീവിയെ പഠിപ്പിക്കാൻ തുടങ്ങുന്നു.

സമീപദൃശ്യം

ആറ്റബീവി തുടർന്നു പറയുന്നു:

എന്നാ നിങ്ങടെ പഠിത്തം നടക്കട്ടെ.

സീൻ - അൻപത്തിമൂന്ന്.

തങ്ങളുടെവീട് -
കടൈശിപ്പാത്തുവിന്റെ മുറി -
രാവിലെ
മധ്യദൃശ്യം

ഷർട്ടും പാന്റും ധരിച്ച് തലമുടി വൃത്തിയായി ചീകിവച്ച് കയ്യിൽ പുസ്തകങ്ങളുമായി കടൈശിപ്പാത്തുവിന്റെ മുറിയിലൂടെ വാതിലിനടുത്തേക്ക് ധൃതിയിൽ നടന്നുവരുന്ന ഏതാണ്ട് പതിനേഴുപതിനെട്ടുവയസ്സുതോന്നിക്കുന്ന കുഞ്ഞാലി വാതിലിനുപുറത്തുനിന്ന് അകത്തേക്ക് നോക്കിക്കൊണ്ട് പൂക്കുഞ്ഞിബീവിയോട് ദേഷ്യപ്പെടുന്നു:

ഈ ബീക്കുട്ടി എവിടെപ്പോയിക്കെടക്കുവാ. എനിക്കു രാവിലെ പ്രാക്റ്റിക്കലൊള്ളതാ. വരണൊണ്ടേവാ. ഇല്ലേ ഞാമ്പോണു.

സംഗീതം തുടങ്ങുന്നു.

മധ്യദൃശ്യം

ഒരുങ്ങിക്കൊണ്ടിരിക്കുന്ന പൂക്കുഞ്ഞിബീവി മുറിക്കകത്തുനിന്ന് വാതിൽപ്പടിക്കടുത്തേക്ക് വന്ന് ദേഷ്യം ഭാവിച്ച് വിളിച്ചുപറയുന്നു:
നിക്കെടാ. വല്ലോരുമൊരുങ്ങിപ്പോണേനോന്റെ ഒരു കെറുവ്.

മധ്യദൃശ്യം

പൂക്കുഞ്ഞിബീവിയെ ചൊടിപ്പിക്കാനായി വാതിൽക്കലേക്ക് തിരിച്ചുവരുന്ന കുഞ്ഞാലി പറയുന്നു:

അതെ അതെ. അന്നെക്കാണാനോരോരുത്തരു വഴീ നിക്കുവല്ലെ. കൊരങ്ങി.

മധ്യദൂരദൃശ്യം

ഇതിനിടയിൽ കുഞ്ഞാലി വേറൊരുവാതിൽക്കലേക്ക് മാറി നിൽക്കുന്നു. തട്ടുതട്ടായി ഉറപ്പിച്ചുവച്ചിരിക്കുന്ന ആഹാര പ്പാത്രം കൈയിൽപ്പിടിച്ചുകൊണ്ട് വാതിൽപ്പടിക്കടുത്തേക്ക് വരുന്ന ഏതാണ്ട് നാൽപ്പത് നാൽപ്പത്തഞ്ച് വയസ്സ് തോന്നിക്കുന്ന ആറ്റബീവി കുഞ്ഞാലി നിൽക്കുന്നതിനടുത്തേക്ക് വന്നുനിന്ന് അകത്തേക്ക് നോക്കി ദേഷ്യത്തോടെ പൂക്കുഞ്ഞിബീവിയോട് പറയുന്നു:

ഇനീം കഴിഞ്ഞില്ലേ നിന്റെ ഒരുക്കം. എടി പാത്തൂ, ബീക്കുട്ടിയെ ഇങ്ങെറക്കിവിട്. കുഞ്ഞാലി പോകാൻ നിക്കണ കണ്ടില്ലെ.

കുഞ്ഞാലിയെ സമാധാനിപ്പിച്ചുകൊണ്ട് വാതിൽപ്പടിക്കടുത്തേക്ക് വരുന്ന തല നരച്ച പാത്തു പറയുന്നു:

നിക്കെന്റെ മോനെ. പെൺകുട്ടികളാവുമ്പം കൊറച്ചൊക്കെ ചന്തം വരുത്തണ്ടെ.

സമീപ മധ്യദൃശ്യം

ദേഷ്യത്തോടെ കുഞ്ഞാലി പറയുന്നു:

അതിപ്പൊ എന്നും ഇവക്കിതല്ലേ പണി. ഇനി ഓടിയാലേ ബസ് കിട്ടൂ. അതുപോയാലിന്നത്തെ എന്റെ പ്രാക്ടിക്കലും വെള്ളത്തിലാവും. ഓക്കെന്നാ. സയൻസെടുക്കണോർക്കല്ലെ അതിന്റെ വെഷമമറിയൂ.

കൈയിൽ പുസ്തകങ്ങളുമായി മുറിയിൽനിന്നും ഇതിനകം വാതിൽപ്പടിക്കടുത്തേക്ക് വന്ന പൂക്കുഞ്ഞിബീവി അസ്വസ്ഥനായ കുഞ്ഞാലിയെ കളിയാക്കിക്കൊണ്ട് പറയുന്നു:

തലചൂടാക്കണ്ട മോനെ. എന്തെല്ലാം കണ്ടുപിടിക്കാനൊള്ളതാ.

സമീപദൃശ്യം

സമാധാനിപ്പിക്കാനായി ആറ്റബീവി പറയുന്നു:

ബീക്കുട്ടി വേഗം പോകാന്നോക്ക് അതുമിതും പറഞ്ഞ് കുഞ്ഞാലീന്റെ ചൊട്ട് കൊള്ളണ്ട.

സീൻ - അൻപത്തിനാല്. **കോളേജ് - വരാന്ത - പകൽ ദൂരദൃശ്യത്തിൽനിന്ന് മധ്യദൃശ്യത്തിലേക്ക്**

വരാന്തയിൽ കൂട്ടംകൂട്ടമായിരുന്ന് വീട്ടിൽനിന്നും കൊണ്ടുവന്ന ചോറ്റുപാത്രം തുറന്നുവച്ച് ആഹാരം കഴിച്ചുകൊണ്ടിരിക്കുന്ന ആൺകുട്ടികളുടെയും പെൺകുട്ടികളുടെയും ഇടയിലൂടെ അടുക്കുപാത്രവും തൂക്കിപ്പിടിച്ച് കൊണ്ട് കുഞ്ഞാലിയെ അന്വേഷിച്ചു നടക്കുന്ന പൂക്കുഞ്ഞിബീവി തന്നത്താൻ പറയുന്നു:

ഈ ചെക്കനെവിടെപ്പോയിക്കിടക്കുവാ. ബെല്ലുമിപ്പയടിക്കും.

വരാന്തയിലിരുന്നാഹാരം കഴിക്കുന്നവരിലൊരുവൾ പൂക്കുഞ്ഞിബീവിയോട് ചോദിക്കുന്നു:

എന്നാ ഇതും തൂക്കിപ്പിടിച്ചോണ്ട് നടക്കണെ. എവിടേലും ഇരുന്ന് കഴിച്ചൂടെ.

കുഞ്ഞാലിയെ കാണാത്തതിലുള്ള സങ്കടത്തോടും ദേഷ്യത്തോടുംകൂടി പൂക്കുഞ്ഞിബീവി പറയുന്നു:

കുഞ്ഞാലിയെ കാണാനില്ല.

ഒരുവൾ ചോദിക്കുന്നു:

ആരാ?

ചുറ്റും നോക്കി വിതുമ്പിക്കൊണ്ട് പൂക്കുഞ്ഞിബീവി പറയുന്നു:

കുഞ്ഞാലി.

തമാശരൂപത്തിലവൾ പറയുന്നു:

തെന്നാലി രാമനൊ. അയാളെ ഇവിടെങ്ങും കണ്ടി ല്ലല്ലോ.

എന്നിട്ടവൾ ചുറ്റുമിരിക്കുന്നവരോട് ചോദിക്കുന്നു:

നിങ്ങളു കണ്ടോ കണ്ടോ ഈ കൂട്ടീടെ തെന്നാലി അല്ല കുഞ്ഞാലി രാമനെ.

സങ്കടത്തോടെ പൂക്കുഞ്ഞിബീവി പറയുന്നു:

പോ കളിയാക്കാങ്കണ്ടനേരം.

എന്നിട്ടവൾ വരാന്തയുടെ മറ്റൊരറ്റത്തേക്ക് നടക്കുന്നു.

മധ്യദൂരദൃശ്യം

ഇതിനിടയിൽ ഒന്നുരണ്ടു കൂട്ടുകാരുമായി പടവുകൾ കയ റിവരുന്ന കുഞ്ഞാലി കൂട്ടുകാരോട് പറയുന്നു:

ആ വോട്ടുകൂടിക്കിട്ടിയാൽ നമ്മൾ രക്ഷപ്പെട്ടു.

അവൾക്കഭിമുഖമായി പടവുകൾ കയറിവരുന്ന കുഞ്ഞാ ലിയെ കണ്ട് പൂക്കുഞ്ഞിബീവി ദേഷ്യത്തോടെ അവനോട് പറയുന്നു:

എടാ കുഞ്ഞാലീ നീ എവിടാരുന്നിത്ര നേരം. നോക്കി നടന്ന് മടുത്തു. ഉം വേഗം വാ.

കുഞ്ഞാലി പറയുന്നു:

ചതിക്കല്ലെ ഞങ്ങളിപ്പവരാം. ഒരുത്തന്റെ വോട്ടു കൂടൊന്ന് പിടിക്കാനൊണ്ട്.

പറ്റില്ലെന്ന മട്ടിൽ പൂക്കുഞ്ഞിബീവി പറയുന്നു

അതൊക്കെ ഊണുകഴിഞ്ഞിട്ട്. എനിക്കാണെ വെശ ന്നിട്ട് വയ്യ. ഉം വാ.

എന്നിട്ട് താക്കീതോടെ കുഞ്ഞാലിയോട് പറയുന്നു:

വന്നു കഴിച്ചോ അല്ലെ വീട്ടിച്ചെന്നു ഞാൻ പറയും പട്ടിണിയാരുന്നെന്ന്.

നിവൃത്തിയില്ലെന്നു കണ്ട കുഞ്ഞാലി കൂട്ടുകാരോട് പറ യുന്നു:

ഉം, ഒരാക്രാന്തക്കാരി.

എന്നിട്ടവൻ കൂട്ടുകാരെ ഉപേക്ഷിച്ചിട്ട് പൂക്കുഞ്ഞിയുടെ പിന്നാലെ നടന്ന് പോകുന്നു.

സീൻ - അൻപത്തിയഞ്ച്.

കോളേജ് - ഗോവണി - പകൽ
മധ്യദൂരദൃശ്യത്തിൽനിന്ന്
മധ്യദൃശ്യത്തിലേക്ക്

കുഞ്ഞാലിയും രണ്ട് കൂട്ടുകാരും ഗോവണിപ്പടിയിറങ്ങിവരുന്നു. ഒരാൾ പറയുന്നു:

അതൊന്നും പറ്റൂല്ല. നീ പറഞ്ഞങ്ങ് സമ്മതിപ്പിക്കണം.

കുഞ്ഞാലി നിരാശനായി പറയുന്നു:

പൂക്കുഞ്ഞിയെ ഞാനൊരുവിധത്തിൽ സമ്മതിപ്പിക്കാം. പക്ഷേ, ഉമ്മ സമ്മതിക്കൂല്ല.

മറ്റൊരു കൂട്ടുകാരൻ പറയുന്നു:

ഇതിപ്പൊ എല്ലാരുംകൂടെടുത്ത തീരുമാനമാ. മാറ്റാനൊന്നും പറ്റൂല്ല. നടപ്പാക്കാനെന്താ വഴീന്ന് നോക്കിക്കൊ.

ഗത്യന്തരമില്ലാതെ കുഞ്ഞാലി സമ്മതിക്കുന്നു:

ഞാനുപ്പാനോടൊന്ന് പറഞ്ഞു നോക്കാം.

അവർ നടക്കുന്നു.

തങ്ങളുടെ വീട് - പടിപ്പുര -
പകൽ
ദൂരദൃശ്യം

മഗരിബ് നിസ്കാരത്തിനു പള്ളിയിൽപ്പോകാനായി കൈയിലൊരു കുടയുമായി ഗോവണിപ്പടിയിറങ്ങിവരുന്ന തങ്ങൾ വാതിൽപ്പടിക്ക് പുറത്ത് കിടക്കുന്ന തന്റെ ചെരുപ്പ് കാലിലിട്ട് പുറത്തേക്ക് നടക്കാനായി തിരിയുന്നു.

മധ്യദൃശ്യം

വാതിലിന്റെ ഒരുവശത്തായി നിൽക്കുന്ന കുഞ്ഞാലിയെ തങ്ങളപ്പോഴാണ് കാണുന്നത്. അവന്റെ നേർക്ക് തിരിഞ്ഞുകൊണ്ട് സ്നേഹത്തോടെ തങ്ങൾ ചോദിക്കുന്നു:

ഉം. എന്താ കുഞ്ഞാലീ. പള്ളീബരണ്ണൊണ്ടോ?

എന്താ പറയേണ്ടെന്നറിയാതെ മുക്കിമൂളിക്കൊണ്ട് കുഞ്ഞാലി പറയുന്നു:

കോളേജിലു തെരഞ്ഞെടുപ്പാ. ബീക്കുട്ടിയെ മത്സരിപ്പിക്കണന്ന് പാർട്ടിക്കാർക്ക് നിർബന്ധം. ഉപ്പാനോട് ചോദിച്ചിട്ട് പറയാന്നാ ഞാൻ പറഞ്ഞിരിക്കണെ.

അത്ര രുചിക്കാത്ത മട്ടിൽ തങ്ങൾ ചോദിക്കുന്നു:

അതുവേണോന്റെ കുഞ്ഞാലി. ഇതിനൊക്കെയെറങ്ങിയാപ്പിന്നെ നേരത്തും കാലത്തുമൊന്നും വീട്ടിലെത്താൻകയ്യൂലാ. ബീക്കുട്ടീടുമ്മീടെക്കെടന്ന് ഹാലിളകും. ഓളെ പറഞ്ഞുനിർത്താനെനിക്കുവയ്യ.

നിരാശനായിക്കൊണ്ട് കുഞ്ഞാലി പറയുന്നു:

ബീക്കുട്ടിയെ പിള്ളേർക്കിഷ്ടാ.

മധ്യദൂരദൃശ്യം

മുന്നോട്ട് നടക്കുന്ന തങ്ങളുടെ പിന്നിലായി നടന്നുകൊണ്ട് കുഞ്ഞാലി പറയുന്നു:

അതോണ്ട് ജയിക്കും. അല്ലേലൊരു സീറ്റ് പോകുന്നാ അവരുടെ കണക്കുകൂട്ടൽ.

ഒരു നിമിഷമാലോചിച്ചു നിന്ന ശേഷം തങ്ങൾ പറയുന്നു:

അതോർടെ കാര്യം. എനിക്കെതിരൊന്നുമില്ല. ബീക്കുട്ടിയോടുമ്മേക്കൊണ്ട് സമ്മതിപ്പിക്കാൻ പറ.

തിരിഞ്ഞുനടക്കാൻ തുടങ്ങുന്നതിനിടയിൽ എന്തോ ഓർത്തിട്ടെന്നപോലെ തങ്ങൾ പറയുന്നു:

കുഞ്ഞാലീം കൂടൊണ്ടല്ലോന്നോർത്താ ഞാൻ സമ്മതിക്കണെ. ചെറുബാല്യക്കാരാണേലും കൊല്ലും കൊലേയൊക്കെയുള്ള കാലാ. സൂക്ഷിക്കണം. പിന്നെ പഠിത്തോം കളയരുത്.

തങ്ങൾ പടികളിറങ്ങി നടന്നുപോകുന്നു. കുഞ്ഞാലി തങ്ങളെ നോക്കി അവിടെത്തന്നെ നിൽക്കുന്നു.

സീൻ - അൻപത്തിയേഴ്. **കോളേജ് - വരാന്ത - പകൽ**
ദൂരദൃശ്യം

പുസ്തകവും ചോറ്റുപാത്രവുമായി സാൽവാറും കമ്മീസും ധരിച്ച പൂക്കുഞ്ഞിബീവിയും പാന്റ്സും ഷർട്ടും ധരിച്ച്

കൈയിൽ പുസ്തകവുമായി കുഞ്ഞാലിയും കോളേജിന്റെ മുറ്റത്തിലൂടെ നടന്നുവന്ന് വരാന്തയിലേക്ക് കയറി നടന്നു പോകുന്നു.

ദൂരദൃശ്യം

പൂക്കുഞ്ഞിബീവിയും കുഞ്ഞാലിയും മുൻപുകണ്ട വേഷത്തിൽ കുട്ടികളിരിക്കുന്ന ഒരു ക്ലാസിന്റെ പുറത്തേക്കുള്ള വാതിലിനടുത്ത് വന്ന് നിൽക്കുന്നു. മടിച്ച് മടിച്ച് നിൽക്കുന്ന പൂക്കുഞ്ഞിബീവിക്ക് ധൈര്യം പകർന്നുകൊണ്ട് കുഞ്ഞാലി പറയുന്നു:

ഈ ക്ലാസിൽ കുറേ കുട്ടികളുണ്ട് കേറിച്ചെന്നോട്ടു ചോദിക്ക്.

പരിഭ്രമത്തോടെ പൂക്കുഞ്ഞിബീവി ചോദിക്കുന്നു:

ശ്ശൊ. ഞാൻ തനിച്ചോ. ആ പിള്ളേരെങ്ങാനും കൂവിയാലോ. നീയും കൂടെവാ.

മധ്യദൃശ്യം

പൂക്കുഞ്ഞിബീവിയുടെ വഴുവഴുപ്പൻ രീതിയിൽ പ്രകോപിതനായ കുഞ്ഞാലി ശബ്ദമുയർത്തി ഗൗരവത്തിൽ അവളോട് പറയുന്നു:

മത്സരിക്കണത് നീയോ അതോ ഞാനോ. കിണുങ്ങാതെ വേഗം ചെല്ല് പെണ്ണേ.

നാണിച്ചു നിൽക്കുന്ന പൂക്കുഞ്ഞിബീവിയെ നോക്കി കുഞ്ഞാലി തുടർന്നു പറയുന്നു:

ആ പുസ്തകോം ചോറിന്റെപാത്രോം ഇങ്ങോട്ട് താ. അതും പിടിച്ച് ഞാനിവിടെ നിന്നോളാം.

സീൻ - അൻപത്തിയെട്ട്.

**തങ്ങളുടെ വീട് - മുൻവശത്തെ ഇറയം - സന്ധ്യ
മധ്യദൂരദൃശ്യം**

കോളേജിൽ നിന്ന് സാധാരണ വരുന്നതിലും താമസിച്ച് ഏതാണ്ട് സന്ധ്യയോടെ കൈയിൽ പുസ്തകവും ചോറിന്റെ പാത്രവുമായി ഒറ്റയ്ക്ക് വീട്ടിൽ തിരിച്ചെത്തുന്ന പൂക്കുഞ്ഞിബീവി, മുൻവശത്തെ തുറന്നുകിടക്കുന്ന വാതിലിലൂടെ താഴത്തെ സ്വീകരണമുറിയിലേക്ക് കടക്കുന്നു. മുകളിലത്തെ നിലയിൽ നിന്നും ഗോവണി ഇറങ്ങിവരുന്ന ആറ്റ

ബീവി പൂക്കുഞ്ഞിയുടെ മുന്നിലേക്കു വന്ന് അവളോട് ദേഷ്യ പ്പെട്ടുപറയുന്നു:

നിന്നോടിന്നലേം ഞാൻ പറഞ്ഞതാ നേരത്തെവര ണംന്ന്. എന്നിട്ടിന്നും താമസിച്ചു. സന്ധ്യക്കിങ്ങനെ തനിച്ചുബരണകണ്ടാലാളോളെന്തുപറയും. ഓനേടേ, നിന്റൊപ്പരോം ബന്നില്ലെ?

ആറ്റിബീവിയുടെ കുറ്റപ്പെടുത്തൽ കാര്യമാക്കാതെ പൂക്കു ഞ്ഞിബീവി പറയുന്നു:

കുഞ്ഞാലിക്കിപ്പഴൊന്നും വരാൻ പറ്റൂല്ല. നാളെയാ എലക്ഷൻ. ഞാനും നിക്കണ്ടതാ.

തോറ്റാപ്പിന്നെനിക്കു മാത്രമല്ല ഓർക്കുംകൂടല്ലെ നാണക്കേ ട്. പിന്നുമ്മ പറഞ്ഞോണ്ട് നേരത്തെ പോന്നതാ.

സമീപമധ്യദൃശ്യം

ദേഷ്യപ്പെട്ടാലും പൂക്കുഞ്ഞിക്ക് കൂസലില്ലെന്ന് തിരിച്ചറിഞ്ഞ ആറ്റബീവി കുഞ്ഞാലിയെയും തങ്ങളെയും കുറ്റപ്പെടുത്തി ക്കൊണ്ട് പറയുന്നു.

ഇതാനിന്റെ നേരത്തെ. എന്നെക്കൊണ്ടൊന്നും പറ യിക്കണ്ട. ആളോളെക്കൊണ്ടോരോന്ന് പറയിക്കാനാ യിട്ടാ.
ആ ചെറൂക്കന്റെ പൊറപ്പാട്. നിന്റുപ്പാനോട് പറ ഞ്ഞിട്ടും കാര്യല്ല.

സീൻ - അൻപത്തിയൊൻപത്.

**തങ്ങളുടെ വീട് -
മുൻപിലത്തെ സ്വീകരണമുറി -
വൈകുന്നേരം
മധ്യദൂരദൃശ്യം**

തങ്ങളും നമ്പ്യാരും ഇരുന്ന് സംസാരിക്കുന്നു. തങ്ങളുടെ പിന്നിലായി കുഞ്ഞാലിയും നിൽക്കുന്നുണ്ട്. നമ്പ്യാർ പറ യുന്നു:

മിമിക്രിക്കാരൊമ്പതുമണീന്നാ പറഞ്ഞിരിക്കണെ.
അവരെത്തുമ്പൊഴൊരുപത്ത് പത്തരയാവും.
ഓർക്ക് തിക്കോടീലൊരു പരിപാടീണ്ട്. ബീക്കുട്ടീടെ പരിപാടി കുറച്ച് താമസിച്ച് തുടങ്ങുന്നതാ നല്ലത്.
ആളും കാണും. നമുക്കൊരൊമ്പതുമണിക്ക് വക്കാം.

പിന്നിൽ നിൽക്കുന്ന കുഞ്ഞാലിയോട് തങ്ങൾ പറയുന്നു:

കുഞ്ഞാലി പോയാ ആശാനോടിങ്ങോട്ടുവരാൻ പറ.

എന്നിട്ട് തിരിഞ്ഞ് നമ്പ്യാരോട് പറയുന്നു:

ഓരോടും ചോദിക്കണല്ലൊ.

മധ്യദൃശ്യം

നമ്പ്യാർ പറയുന്നു:

ഒമ്പതുമണിതന്നെയാ നല്ലത്. സന്ധ്യക്കാണെ ദീപാരാധനേം താലപ്പൊലീമൊക്കെയായി ആളുകളങ്ങോട്ടുമിങ്ങോട്ടും ഓടിനടക്കുകാവും. അല്ല കുറ്റംകണ്ടുപിടിക്കാനോരോരുത്തരു നിൽക്കുകല്ലെ. അതൊണ്ട് പറഞ്ഞതാ.

ഇതിനിടയിൽ മുറിയിലേക്കുവന്ന ആശാനോട് തങ്ങൾ പറയുന്നു:

ആ, ആശാനെ. ഒമ്പതുമണിക്ക് തൊടങ്ങിയാമതീന്നാ ഇവരു പറയണെ.

ദൂരദൃശ്യം

തങ്ങളുടെയും നമ്പ്യാരുടെയും പിന്നിൽനിന്നുള്ള ദൃശ്യത്തിൽ ഗോവണിപ്പടിയുടെ അടുത്തായിനിൽക്കുന്ന ആശാനെയും അടുത്തുനിൽക്കുന്ന ആറ്റബീവിയെയും പൂക്കുഞ്ഞിയെയും കുഞ്ഞാലിയെയും കാണാം. തങ്ങൾ തുടർന്നു പറയുന്നു:

അതുമതിയോ.

പ്രത്യേകിച്ച് അഭിപ്രായമൊന്നുമില്ലെന്ന മട്ടിൽ സാറത്തി പറയുന്നു:

ഞങ്ങക്കെപ്പഴായാലും കുഴപ്പമില്ല. മുഖം മിനുക്കാനും വേഷംകെട്ടാനുമൊക്കെ കൊറെനേരം വേണ്ടേ.

പിന്നൊരപ്പീലില്ലെന്ന മാതിരി തങ്ങൾ പറയുന്നു:

എന്നാപ്പിന്നങ്ങനെ തന്നെ. ഒമ്പതുമണിക്കു മതി.

മധ്യദൂരദൃശ്യം

ആശാന്റെ പിന്നിൽനിന്നുള്ള ദൃശ്യത്തിൽ തങ്ങളുടെയും നമ്പ്യാരുടെയും അടുത്തായി നിൽക്കുന്ന കുഞ്ഞാലിയേയും കാണാം
തങ്ങൾ തുടർന്ന് കുഞ്ഞാലിയോട് പറയുന്നു:

വേണ്ട ഒരുക്കങ്ങളൊക്കെ ആശാനോട് ചോദിച്ച് ചെയ്തോണ്ണം.

ആശാൻ അനുവാദം ചോദിക്കുന്നു:

എന്നാ ഞാൻ വരട്ടെ.

തങ്ങൾ തലയാട്ടുന്നു. ആശാൻ അകത്തേക്ക് പോകുന്നു. ഇതിനിടയിൽ നമ്പ്യാർ കുഞ്ഞാലിയെ നോക്കി ചോദിക്കുന്നു:

കോളേജുതെരഞ്ഞെടുപ്പു വല്യ വാശീലാരുന്നിക്കുറി അല്ലെ?

സമീപമധ്യദൃശ്യം

കുഞ്ഞാലി പറയുന്നു:

അങ്ങനൊന്നുമില്ല. ബീക്കുട്ടീം മത്സരിക്കണൊണ്ടാരുന്നല്ലൊ.
അതോണ്ടെറങ്ങാണ്ടിരിക്കാൻ വയ്യാന്നായി.

മധ്യസമീപദൃശ്യം

നമ്പ്യാർ വിടാൻ ഭാവമില്ല. അയാൾ കുഞ്ഞാലിയോട് ചോദിക്കുന്നു:

പരീക്ഷയൊക്കെ ആകാറായില്ലെ. എന്താ അടുത്ത പരിപാടി?

മധ്യസമീപദൃശ്യം

ഇതിനു തങ്ങളാണുത്തരം പറയുന്നത്:

ഡോക്ടറു പരീക്ഷക്കയക്കണന്നാ. ഉഡിപ്പിലൊരാളൊരു സീറ്റൊപ്പിച്ചുതരാന്ന് പറഞ്ഞിട്ടൊണ്ട്.

സീൻ - അറുപത്.

തങ്ങളുടെ വീട് -
മുകളിലത്തെ മുറി -
വൈകുന്നേരം
മധ്യദൂരദൃശ്യം

തങ്ങൾ കസേരയിലിരിക്കുന്നു. തൊട്ടടുത്തായി പൂക്കുഞ്ഞിബീവിക്ക് താളം ഇട്ടുകൊടുത്തുകൊണ്ട് ആശാനും ഇരിക്കുന്നു. പിന്നിലായി കുഞ്ഞാലി നിൽപ്പുണ്ട്. അവർക്ക് മുന്നിലായി സാൽവാറും കമ്മീസും ധരിച്ച പൂക്കുഞ്ഞിബീവി ചൊല്ലിയാടുന്നു.

പൂക്കുഞ്ഞിബീവി ചൊല്ലുന്നു

തർഹ്യാക്കി ത്രേഥംകിതി ത്രേഥംകിത്തി

മധ്യദൂരദൃശ്യം

ചൊല്ലിയാടിക്കൊണ്ടു നിൽക്കുന്ന പൂക്കുഞ്ഞിബീവിയുടെ പിന്നിൽ നിന്നുള്ള ദൃശ്യത്തിൽ ചൊല്ലിയാട്ടം കണ്ടുകൊണ്ടു നിൽക്കുന്ന കുഞ്ഞാലിയെയും ആറ്റബീവിയെയും കാണാം. പൂക്കുഞ്ഞിബീവി ചൊല്ലി നിർത്തുന്നു.

ധക്കുക്കുക്കും ധകുകുക്കുക്കും ത്രേഥം

പൂക്കുഞ്ഞിബീവിയോട് കുഞ്ഞാലി ഒരു സംശയം ചോദിക്കുന്നു:

കുഞ്ഞായിരിക്കുമ്പം ഉപ്പാ ഒരു കഥ പറഞ്ഞു തന്നിട്ടില്ലെ നമ്മക്ക്. നിനക്കോർമ്മണ്ടോ ആയീശേന്റെ കഥ. ആക്കഥ പറ്റില്ലെ.

മധ്യദൂരദൃശ്യം

തങ്ങളുടെ പിന്നിൽ നിന്നുള്ള കാഴ്ച. തങ്ങളുടെ ഒരുവശത്തായി കുഞ്ഞാലി നിൽക്കുന്നു. തങ്ങളുടെ മുന്നിലായിരിക്കുന്ന ആശാന്റെ പിന്നിൽ പൂക്കുഞ്ഞിബീവി നിൽക്കുന്നു. ആശാൻ പറയുന്നു:

പുതിയ കഥക്കാട്ടപ്രകാരോണ്ടാക്കണെ സമയമെടുക്കും. സംസ്കൃതത്തിവേണ്ടെ ശ്ലോകമൊക്കെ

പിന്നെ ബീക്കുട്ടി കഥ പഠിക്കുകേം വേണല്ലൊ. ഇപ്രാവശ്യമിതുമതി.

മധ്യദൂരദൃശ്യം

ആശാന്റെയും പൂക്കുഞ്ഞി ബീവിയുടെയും പിന്നിൽ നിന്നു നാം തങ്ങളെ കാണുന്നു. തങ്ങൾ നിഷ്ക്കളങ്കതയോടെ ആശാനോട് പറയുന്നുണ്ട്:

എന്നാലുമൊന്നു ശ്രമിച്ചുകൂടെ. ഈടിപ്പം തെയ്യങ്ങളിലൊക്കീത്തരം കഥകളല്ലെ. അയിശേന്റെയാകുമ്പം പുതുമേം കാണും.

മധ്യദൂരദൃശ്യം

ആശാൻ പറയുന്നു:

ഞാനൊന്നുശ്രമിച്ചു നോക്കാം.

സീൻ - അറുപത്തിഒന്ന്.

ഉത്സവപ്പറമ്പിലെ വേദി - രാത്രി
മധ്യദൃശ്യത്തിൽനിന്ന്
മധ്യദൂരദൃശ്യത്തിലേക്ക്

അഭിനയത്തിനാവശ്യമായ താളം കൊടുത്തുകൊണ്ടിരിക്കുന്ന പെൺകുട്ടിയിൽനിന്നും നീങ്ങുന്ന ക്യാമറ നങ്ങ്യാർക്കൂത്തിനാവശ്യമായ മുഖത്തെഴുത്തും വേഷവിധാനങ്ങളു

മായി കത്തിച്ചുവച്ച നിലവിളക്കിനു പിന്നിലായി വേദിയിൽ നിന്നഭിനയിക്കുന്ന പൂക്കുഞ്ഞിബീവിയിൽ എത്തുന്നു. പൂക്കുഞ്ഞിബീവിയുടെ പിന്നിലായി രണ്ടു മിഴാവുകാരും ഒരു ഇടക്കക്കാരനും വാദ്യങ്ങൾ വായിച്ചുകൊണ്ട് വേദിയിലുണ്ട്. പൂക്കുഞ്ഞിബീവി പരിപാടി തുടർന്നു നടത്തുന്നു.

മധ്യദൃശ്യം

തങ്ങളും ആശാനും വേദിയുടെ മുന്നിലിട്ട ഒരു ബെഞ്ചിലിരുന്ന് കളി കാണുന്നു. അവരുടെ പിന്നിൽ കളി കണ്ടുകൊണ്ട് കുറെ ആളുകളും നിൽക്കുന്നു.

സമീപമധ്യദൃശ്യം

പൂക്കുഞ്ഞിബീവി പരിപാടി തുടർന്നു നടത്തുന്നു.

സീൻ - അറുപത്തിരണ്ട്.

തങ്ങളുടെ വീട് - സ്വീകരണമുറി - രാവിലെ മധ്യദൂരദൃശ്യം

സ്വീകരണമുറിയിലിരുന്ന് തങ്ങൾ പത്രം വായിക്കുന്നു. തൊട്ടടുത്തായി നിലത്തിരുന്ന് കുഞ്ഞാലിയും പൂക്കുഞ്ഞിബീവിയും പത്രത്തിലെ താളുകൾ സസൂക്ഷ്മം പരിശോധിക്കുന്നു. പത്രം വലിച്ചുമാറ്റുന്ന പൂക്കുഞ്ഞിബീവിയെ തള്ളിമാറ്റിക്കൊണ്ട് കുഞ്ഞാലി പറയുന്നു:

ഒന്ന് മാറെടീ.

പത്രം കൈവിട്ടുപോയ ദേഷ്യം അടക്കിക്കൊണ്ട് പൂക്കുഞ്ഞി ബീവി മുരളുന്നു:

ഉഹ്ം.

ഇതിനിടയിൽ ഒരു ഗ്ലാസിൽ ചായയുമായി ആറ്റബീവി ഗോവ ണിപ്പടി കയറിവരുന്നു. പത്രം വായിച്ചുകൊണ്ടിരിക്കുന്നതി നിടയിൽ കുഞ്ഞാലിയോട് തങ്ങൾ ചോദിക്കുന്നു:

കിട്ടിയ മാർക്കിന്റെ വിവരമൊക്കെ എന്നത്തേക്കുവ രുമെന്നുവല്ല അറിയിപ്പുമൊണ്ടോ?

ആലോചിച്ചിരിക്കുന്ന കുഞ്ഞാലി അറിയില്ലെന്ന മട്ടിൽ പറ യുന്നു:

ഒന്നും കണ്ടില്ല.

ആറ്റബീവി ചായ തങ്ങൾക്ക് കൊടുത്തിട്ട് തങ്ങളുടെ അടുത്ത് നിൽക്കുന്നു. ചായഗ്ലാസ് വാങ്ങി ഒരു കവിൾ കുടി ച്ചശേഷം ഗ്ലാസ് കൈയിൽ പിടിച്ചുകൊണ്ട് തങ്ങൾ കുഞ്ഞാ ലിയോട് പറയുന്നു:

കുഞ്ഞാലിയൊന്ന് കോളേജു വരെ പോയി അന്വേ ഷിക്ക്. മാർക്കിന്റെ കാര്യം അറിഞ്ഞിട്ടുവേണം എനിക്ക് ഉഡിപ്പി വരെ ഒന്നു പോകാൻ. മാർക്ക് കൂടു തലൊണ്ടേലൊരു തൊകേടെ കാര്യത്തി ചില്ലറ കിഴിവു തരാന്നാ അന്നു പറഞ്ഞെ. വിളിച്ചുചോദിച്ചി ട്ടൊന്നും കാര്യയില്ല. നേരിട്ടു ചെന്ന് കാണണം.

മധ്യദൃശ്യം

പത്രം വായിക്കുന്നതിനിടയിൽ തല ഉയർത്തി തങ്ങളെ നോക്കിക്കൊണ്ട് കുഞ്ഞാലി സമ്മതഭാവത്തിൽ മൂളുന്നു:

ആ

പത്രം വായിച്ചുകൊണ്ടിരിക്കുന്ന പൂക്കുഞ്ഞിബീവിയേയും കാണാം.

സമീപമധ്യദൃശ്യം

ചായ കുടിച്ചുകൊണ്ടിരിക്കുന്നതിനിടയിൽ എന്തോ ഓർത്തി ട്ടെന്നപോലെ തങ്ങൾ തുടർന്നു പറയുന്നു:

ഡിഗ്രിക്കൊള്ള അപേക്ഷാഫോറം കൊടുത്തുതൊ ടങ്ങിയെ ബീക്കുട്ടിക്കുംകൂടൊന്ന് വാങ്ങിക്കൊ. പത്ര ത്തിലൊന്നും കാണണില്ല.

തങ്ങളിരിക്കുന്ന കസേരയുടെ അടുത്തുനിന്ന ആറ്റബീവി തടസ്സവാദം ഉന്നയിച്ചുകൊണ്ട് തങ്ങളുടെ കാൽച്ചുവട്ടിലായി കസേരയുടെ അടുത്ത് ഇരുന്നുകൊണ്ട് പറയുന്നു:

ബീക്കുട്ടി ഇനി പഠിക്കുകൊന്നും വേണ്ട. ഇതു തന്നെ കൂടുതലാ.

മധ്യദൃശ്യം

പൂക്കുഞ്ഞിയുടെ പിന്നിൽനിന്നുള്ള കാഴ്ചയിൽ ആറ്റബീവിയെ കാണാം. ആറ്റബീവി തീർത്തു പറയുന്നു:

മതി നിന്റെ പഠിത്തം. കഴിഞ്ഞകൊല്ലം കണ്ടതല്ലെ. നീ കൊളേജിപ്പോണെ പഠിക്കാനോ അതോ പാർട്ടി കളിക്കാനോ. അതിനി ബേണ്ട. ഇപ്പത്തന്നെ നമ്മടെ ആൾക്കാർക്ക് പരിഹാസാ. അരുവാക്കത്തിക്കാർടെ കൊടിപിടിച്ചോണ്ടിനീം നടന്നാ നെനക്കാരും വരൂന്നെനിക്ക് തോന്നണില്ല.

സമീപദൃശ്യം

ആറ്റബീവിയുടെ എടുത്തുചാടിയുള്ള അഭിപ്രായം ഇഷ്ടപ്പെടാത്ത തങ്ങൾ ദേഷ്യം അടക്കിക്കൊണ്ട് വിഷയം മാറ്റാനായി പറയുന്നു:

കുഞ്ഞാലി കോളേജിപ്പോയിട്ടുവാ. എന്നാലെ കാര്യങ്ങക്കൊരു തീരുമാനമാവൂ.

എന്നിട്ട് തങ്ങൾ കൈയിൽ പിടിച്ചിരിക്കുന്ന ഗ്ലാസിൽനിന്നും ചായ കുടിക്കുന്നു.

സീൻ - അറുപത്തിമൂന്ന്.

തങ്ങളുടെ വീട്-കുഞ്ഞാലിയുടെ മുകളിലത്തെ മുറി - പകൽ
മധ്യദൂരദൃശ്യം

ഇസ്തിരിയിട്ട ഷർട്ടുകളും മറ്റുമായി പൂക്കുഞ്ഞിബീവി ഗോവണി കയറി വരുന്നു. പഠിക്കാനായി ഉഡിപ്പിയിലെ മെഡിക്കൽകോളേജിലേക്ക് കൊണ്ടുപോകാനുള്ള വേഷവിധാനങ്ങൾ മടക്കി കട്ടിലിൽ വച്ചിരിക്കുന്ന ബാഗിൽ നിറച്ചുകൊണ്ടുനിൽക്കുന്ന കുഞ്ഞാലിയുടെ അരികിലായി കട്ടിലിൽ പൂക്കുഞ്ഞിബീവി തന്റെ കൈയിലിരുന്ന ഇസ്തിരിയിട്ട വസ്ത്രങ്ങൾ വച്ചിട്ട് കട്ടിലിന്റെ ഒരറ്റത്ത് തളർന്നിരിക്കുന്നു. വസ്ത്രങ്ങൾ എടുത്ത് ബാഗിൽ വച്ചുകൊണ്ടുനിൽക്കുന്ന കുഞ്ഞാലിയുടെ ശ്രദ്ധ മുഴുവനും സാധനങ്ങളടുക്കിവക്കുന്നതിലാണ്. അവൻ പൂക്കുഞ്ഞിബീവിയുടെ

വരവ് കണ്ടതായി നടിക്കുന്നില്ല. സംഗീതം തുടങ്ങുന്നു. തന്നെ കണ്ടിട്ടും കുഞ്ഞാലി ഗൗനിക്കാത്തതിൽ മനംനൊന്ത് പൂക്കുഞ്ഞിബീവി പറയുന്നു:

ഓന്റെ ഒരു ഗമേ. ഈ കട്ടിയൊള്ള കുപ്പായമൊക്കെ തേച്ചുതേച്ച് തളർന്നു. ഗദ്രീഗ്ഗനാലും പറഞ്ഞൂടേടാ.

ഒന്നുമ്പറയാതെ തന്റെ ജോലിയിൽ ശ്രദ്ധിച്ചുനിൽക്കുന്ന കുഞ്ഞാലിയെ ചൂടുപിടിപ്പിക്കാനായി പൂക്കുഞ്ഞിബീവി പറയുന്നു:

ഇനീപ്പാരേം കാണണ്ട. വല്യ ഡോക്ടറായീന്നാ ഭാവം. മുറിവൈദ്യൻ

പൂക്കുഞ്ഞിയുടെ മനസിലിരുപ്പ് മനസിലാക്കിയ കുഞ്ഞാലി പറയുന്നു:

പെണ്ണേ കെടന്ന് കൊഞ്ചരുത്. വല്ല മൂത്തുനരച്ചവനേം കൊണ്ട് കെട്ടിക്കും.

മധ്യദൃശ്യം

സങ്കടത്തോടും പരിഭവത്തോടും കൂടി പൂക്കുഞ്ഞിബീവി പറയുന്നു:

അല്ലേലും എനിക്കറിയാം. ഡോക്ടറൊക്കെയാവുമ്പം എന്നെ വേണ്ടാന്ന്. വല്യ ഗമേല് ബോർഡും വച്ചിരിക്കുകേലെ.

ഡോക്ടർ എ പി കുഞ്ഞാലി ആന്റ് ഡോക്ടർ മിസ്സിസ്സ് ഏതെങ്കിലുമൊരു പൊട്ടത്തി.

ഒരു നിമിഷത്തിനുശേഷം പൂക്കുഞ്ഞി വിതുമ്പിക്കൊണ്ട് പറയുന്നു:

നീയിവിടുന്ന്പോയാ ഞാനൊറ്റക്കാവില്ലേടാ. ഞാനാരോടാ ഒന്നുമിണ്ടുക.

മധ്യദൂരദൃശ്യം

പൂക്കുഞ്ഞിയെ സമാധാനിപ്പിക്കാനായി കുഞ്ഞാലി പറയുന്നു:

എല്ലാ ദിവസോം നിനക്കുഞാങ്കത്തെഴുതാം.

കിണുങ്ങിക്കൊണ്ട് പൂക്കുഞ്ഞി പറയുന്നു:

ഉം ഉമ്മ അതു തീയിലിടും.

കുഞ്ഞാലി പറയുന്നു:

നിന്റെ പേരിലുകോളേജിലേക്കയക്കാം.

ചിണുങ്ങിക്കൊണ്ട് പൂക്കുഞ്ഞിബീവി പറയുന്നു

പിള്ളേരതൊക്കവിടെ പാട്ടാക്കും.

മധ്യദൃശ്യം

പൂക്കുഞ്ഞിയെ സമാധാനിപ്പിക്കുക എളുപ്പമല്ലെന്നുകണ്ട കുഞ്ഞാലി പറയുന്നു:

നമ്മക്കെന്തേലും ചെയ്യാം. ഇപ്പ നീ താഴേക്ക് ചെല്ല്. അല്ലേലുമ്മ ഇങ്ങോട്ടുവരും.

സീൻ – അറുപത്തിനാല്.

തങ്ങളുടെ വീട് – അടുക്കള – പകൽ
മധ്യദൂരദൃശ്യം

യാത്ര പോകാനായി തയാറായി തോളത്തൊരു ബാഗും തൂക്കിയിട്ടു ഗോവണിപ്പടി ഇറങ്ങിവരുന്ന കുഞ്ഞാലി അടുക്കളയിലേക്കുള്ള വാതിലിനുപുറത്ത് സംശയിച്ച് നിൽക്കുന്നു. എന്നിട്ട് അകത്ത് കേൾക്കാനായി അൽപ്പം ശബ്ദമുയർത്തി പറയുന്നു:

എന്നാ ഞാൻ പൊക്കോട്ടെ. ഉപ്പ കാത്തിരിക്കുകാ.

അകത്തുനിന്ന് പാത്തു തളർന്ന ശബ്ദത്തിൽ പറയുന്നു:

നിക്ക് മോനെ.

കുഞ്ഞാലി തന്റെ കൈയിലിരുന്ന ബാഗ് തറയിൽ വച്ച് പാത്തുവിനായി കാത്തുനിൽക്കുന്നു. സംഗീതം തുടങ്ങുന്നു. അടുക്കളയുടെ പുറത്തേക്കുള്ള വാതിലിനുടത്തേക്ക് സാവധാനം നടന്നുവന്ന പാത്തു വാതിലിനുപുറത്ത് നിൽക്കുന്ന കുഞ്ഞാലിയുടെ കൈയിൽ വാഴയിലകൊണ്ടുള്ള ഒരു പൊതി കൊടുത്തുകൊണ്ട് പറയുന്നു:

അരിപ്പത്തിരീം കടുക്കപൊരിച്ചതുമൊണ്ട്. ഒരുപാടു നേരമിരിക്കണ്ടേ അങ്ങെത്താൻ. വെശക്കുമ്പം കഴിച്ചൊ.

എന്നിട്ട് പാത്തു രഹസ്യമായി പറയുന്നു:

ഈ സഞ്ചീക്കകത്ത് വച്ചോ.

മധ്യദൂരദൃശ്യം

നിലത്ത് വച്ചിരുന്ന സഞ്ചി എടുത്ത് സിപ്പ് തുറന്ന് അതിൽ ഇലകൊണ്ടുള്ള പൊതി വച്ച് സിപ്പ് ഇടുന്ന കുഞ്ഞാലിയോട് പാത്തു പറയുന്നു:

ആരും കാണണ്ട.

ബാഗിന്റെ സിപ്പിടുന്ന കുഞ്ഞാലിയെ ഒരുനിമിഷം നോക്കി നിൽക്കുന്ന കടൈശിപ്പാത്തു തന്നെത്തന്നെ ഒരു നിമിഷം

മറന്ന് കുഞ്ഞാലിയെ വാത്സല്യത്തോടെ കെട്ടിപ്പിടിച്ചു കൊണ്ട് നിറഞ്ഞകണ്ണുകളോടെ പറയുന്നു:

മോൻ പഠിച്ച് വല്യ ആളാകണം.

സീൻ - അറുപത്തിയഞ്ച്.

പള്ളി - പ്രഭാതം
സമീപമധ്യദൃശ്യം

എറമുള്ളാൻ ബാങ്കുവിളിക്കാൻ തുടങ്ങുന്നു:

അല്ലാഹു അക്ബർ അല്ലാഹു അക്ബർ
ല ഇലാഹി ഇല്ലല്ലാഹീ..

എറമുള്ളാൻ ബാങ്കുവിളിക്കാൻ ശ്രമിക്കുന്നുണ്ടെങ്കിലും ശബ്ദം പക്ഷേ ശരിക്കും വരുന്നില്ല. അയാൾ പരമാവധി ഉച്ചത്തിൽ ബാങ്കുവിളിക്കാൻ ശ്രമിക്കുന്നു. പക്ഷേ, ശബ്ദം പതറുന്നു. അയാൾ ബാങ്കുവിളി മതിയാക്കി തിരിഞ്ഞു നടക്കുന്നു. പശ്ചാത്തലസംഗീതം തുടങ്ങുന്നു

മധ്യദൂരദൃശ്യം

ബാങ്കുവിളി പകുതിക്ക് വച്ച് നിർത്തിയ നിരാശയോടെ ഗോവണിപ്പടി ഇറങ്ങുന്ന എറുമുള്ളാൻ ഗോവണിപ്പടിയുടെ താഴത്തെപടിയിലിരിക്കുന്നു. എന്നിട്ട് ഗോവണിപ്പടിയുടെ ഒരുവശത്തെ തൂണിൽ ചാരിയിരുന്ന് ശബ്ദമുയർത്തി ബാങ്കുവിളിക്കാൻ ശ്രമിച്ചതിന്റെ ക്ഷീണത്തിൽ ശ്വാസം വലിക്കുന്നു. എറമുള്ളാൻ ബാങ്കുവിളിക്കാൻ വീണ്ടും ശ്രമിക്കുന്നെങ്കിലും പരാജയപ്പെടുന്നു.

സീൻ - അറുപത്തിയാറ്.

ഒമ്പതരക്കണ്ണന്റെ ചായക്കട -
പ്രഭാതം
മധ്യദൂരദൃശ്യം

ഒമ്പതരക്കണ്ണന്റെ ചായക്കടയ്ക്കകത്തെ ബെഞ്ചിലിരുന്ന് മേശപ്പുറത്തു വിളമ്പിവച്ചിരിക്കുന്ന പിഞ്ഞാണത്തിൽനിന്നും എറമുള്ളാൻ പുട്ടും കടലയുംകൂടി കൈകൊണ്ട് കുഴച്ചു വായിൽ വച്ച് ചവച്ചിറക്കാൻ ശ്രമിക്കുന്നെങ്കിലും സാധിക്കുന്നില്ല. ഒരു ഗ്ലാസിൽ ചായയുമായി വന്ന് അത് എറമുള്ളാന്റെ മുന്നിൽ മേശപ്പുറത്ത് വയ്ക്കുന്ന ഒമ്പതരക്കണ്ണൻ ആഹാരം ചവച്ചിറക്കാനുള്ള എറമുള്ളാന്റെ ബുദ്ധിമുട്ടുകണ്ട് ഒരു നിമിഷം അയാളെത്തന്നെ നോക്കിനിന്ന ശേഷം ചോദിക്കുന്നു:

എന്താ മുക്രിയാപ്ലേ. എന്തുപറ്റി...

വിഷമത്തോടെ എറമുള്ളാൻ പറയുന്നു:

കഴിക്കണ ആഹാരം എറങ്ങണില്ല.

സമീപമധ്യദൃശ്യം

ആഹാരം ചവച്ചിറക്കാനുള്ള ബുദ്ധിമുട്ടൽപ്പം കുറയുമെന്നു കരുതി ഒമ്പതരക്കണ്ണൻ കൊണ്ടുവന്നു വച്ച ചായഗ്ലാസെടുത്ത് ചുണ്ടോടടുപ്പിച്ച് അതിൽനിന്നൊരൽപ്പം കുടിക്കുന്നു. അതും ഇറക്കാൻ കഴിയാതെ എറമുള്ളാൻ വിഷമിക്കുന്നു.

സമീപമധ്യദൃശ്യം

ഇത് നോക്കിനിൽക്കുന്ന ഒൻപതരക്കണ്ണൻ തിരിഞ്ഞ് നടക്കുന്നതിനിടയിൽ സ്വയം പറയുന്നു:

മുക്രിക്ക് നൊസ്സടിച്ചെന്നാ തോന്നണെ.

സീൻ- അറുപത്തിയേഴ്.

തങ്ങളുടെ വീട് - പടിപ്പുര - പകൽ
ദൂരദൃശ്യത്തിൽനിന്ന് മധ്യദൂരദൃശ്യത്തിലേക്ക്

പുറത്തേക്ക് പോകാനുള്ള വേഷത്തിൽ കൈയിൽ കുടയുമായി അദ്രുമാന്റെ അകമ്പടിയോടെ ഗോവണിപ്പടിയിറങ്ങി വരുന്ന തങ്ങളെക്കണ്ട് ഗോവണിപ്പടിയുടെ താഴത്തിരുന്ന എറമുള്ളൻ ഭവ്യതയോടെ എണീറ്റുനിൽക്കുന്നു. എറമുള്ളാനെ കണ്ട തങ്ങൾ മുന്നോട്ട് നടക്കുന്നതിനിടയിൽ ദേഷ്യത്തോടെ ചോദിക്കുന്നു:

ഇന്റെ കൂറ്റിനെന്തു പറ്റിയെടാ? ഇപ്പ ഇപ്പംവാങ്കുവിളി മന്ത്രിക്കലാക്കിയൊ.

എന്നിട്ട് പിന്നിൽ നടക്കുന്ന അദ്രുമാനോട് ചോദിക്കുന്നു:

നീ കേട്ടോടാ?

അദ്രുമാൻ 'ഇല്ല'യെന്ന അർഥത്തിൽ ചുണ്ടുകൊണ്ട് ശബ്ദമുണ്ടാക്കുന്നു. സങ്കടം അടക്കിക്കൊണ്ട് എറമുള്ളാൻ തങ്ങളുടെ പിന്നിലായി നടക്കുന്നു.

തങ്ങൾ തുടർന്നു പറയുന്നു:

ഒച്ചത്തിലു വിളിക്കണം. എന്നിട്ട് വേണം നാട്ടാർക്ക് പള്ളീലുബരാൻ. പല പ്രവർത്തീള്ള ആൾക്കാരാ. കണക്കാക്കിക്കൊ.

എറമുള്ളാൻ പൊട്ടിക്കരയുന്നു. അന്തുതത്തോടെ തങ്ങൾ തിരിഞ്ഞ് എറമുള്ളാനെ നോക്കുന്നു.

മധ്യദൃശ്യം

പൊട്ടിക്കരയുന്ന എറമുള്ളാനെ നോക്കിക്കൊണ്ട് പറഞ്ഞത് അബദ്ധമായോ എന്നമട്ടിൽ സഹതാപത്തോടെ തങ്ങൾ തിരക്കുന്നു.

എന്താ എറമുള്ളാനെ, എന്തുപറ്റി?

എറമുള്ളാൻ വിങ്ങിപ്പൊട്ടുന്നു. എന്തോ പറയണമെന്നുണ്ടെങ്കിലും വാക്കുകൾ പുറത്തുവരുന്നില്ല. തങ്ങൾ തുടർന്നു ചോദിക്കുന്നു:

കരയാതെ കാര്യം പറ.

മധ്യസമീപദൃശ്യം

കരച്ചിലടക്കിക്കൊണ്ട് വിക്കിവിക്കി എറമുള്ളാൻ പറയുന്നു;

തൊണ്ടേലുബേതന. ഒച്ചേം ബരണില്ല.

മധ്യദൃശ്യം

തങ്ങൾ ഗൗരവത്തിൽ പറയുന്നു:

എന്നിട്ടെന്താ നീയിതുവരെ പറയാഞ്ഞെ. അതിനിവിടെ കരഞ്ഞോണ്ടുനിന്നാമതിയൊ. വേഗം ആശുത്രീലോട്ട് ചെല്ല്.

എന്നിട്ട് തിരിഞ്ഞ് അദ്രുമാനോടായി പറയുന്നു:

നീയും കൂടെച്ചെല്ല്. എന്നിട്ട് ബിവരം പറയണം.

സീൻ - അറുപത്തിയെട്ട്.

**ആശുപത്രി -
ഡോക്ടറുടെ മുറി -
പകൽ
മധ്യസമീപദൃശ്യം**

മുക്രി എറമുള്ളാന്റെ അടുത്തുനിന്നുകൊണ്ട് അയാളുടെ വായ പൊളിച്ചുപിടിച്ച് ഡോക്ടർ തൊണ്ടയിൽ പരിശോധന നടത്തുകയാണ്. ഡോക്ടർക്ക് ഏതാണ്ട് മുപ്പതുമുപ്പത്തിയഞ്ചു വയസുതോന്നിക്കും.

മധ്യദൂരദൃശ്യം

ഡോക്ടർ പരിശോധനയ്ക്കുശേഷം കൈയിലിട്ടിരുന്ന ഗ്ലൗസഴിച്ച് മേശപ്പുറത്തിരിക്കുന്ന പിഞ്ഞാണത്തിലിടുന്നു.

ഡോക്ടർ തന്റെ കസേരയിലിരുന്ന് മേശപ്പുറത്ത് കിടക്കുന്ന മുക്രി എറമുള്ളാന്റെ പേരെഴുതിയ കടലാസിൽ രോഗവിവരമെഴുതുന്നു. എഴുതിക്കഴിഞ്ഞശേഷം കടലാസെടുത്ത് എറമുള്ളാന്റെ നേർക്ക് നീട്ടിക്കൊണ്ട് പറയുന്നു:

ഈ കടലാസാമരുന്നുകൊടുക്കുന്ന സ്ഥലത്തു കാണിച്ച് മരുന്ന് വാങ്ങിച്ചോ.

സമീപമധ്യദൃശ്യം

ഡോക്ടർ തുടർന്നു പറയുന്നു:

അവരു പറയണപോലെ മരുന്നൊരാഴ്ച കഴിച്ചിട്ടെന്നെവന്നു കാണ്

ഡോക്ടർ നീട്ടിയ കടലാസും കൈയിൽവാങ്ങി സമ്മതഭാവത്തിൽ തലയാട്ടിക്കൊണ്ട് മുക്രി എറമുള്ളാൻ പറയുന്നു:

ഓ.

ഡോക്ടർ നീട്ടിയ കടലാസും കൈയിൽ വാങ്ങി ഇരിപ്പിടത്തിൽനിന്നും എണീറ്റ മുക്രി എറമുള്ളാൻ ഡോക്ടറെ തൊഴുതശേഷം പുറത്തേക്കുള്ള വാതിൽ തുറന്ന് പോകുന്നു. പുറത്ത് കാത്തുനിന്ന രോഗികളിലൊരാൾ അകത്തേക്ക് കടക്കുന്നു.

സീൻ - അറുപത്തിയൊൻപത്.

തങ്ങളുടെ വീട് - മുറ്റം - പകൽ
മധ്യദൂരദൃശ്യം

മുൻ വശത്തെ ഇറയത്തെ കസേരയിൽ തങ്ങളിരിക്കുന്നു. എറമുള്ളാനും അദ്രുമാനും തങ്ങളുടെ അടുത്ത് നിൽക്കുന്നു. എറമുള്ളാൻ എന്തോ പറയാൻ ശ്രമിക്കുന്നു. പക്ഷേ തിരിയുന്നില്ല. എറമുള്ളാനോടുള്ള സഹതാപത്തോടെ തങ്ങൾ പറയുന്നു:

സമയത്തു മരുന്നും ആഹാരോമൊക്കെ കഴിച്ചോണം.

എന്നിട്ട് അദ്രുമാനോട് പറയുന്നു:

എടാ അദ്രുമാനെ, ഇതൊക്കെ നോക്കിനടത്തണതിന്നുമൊതലു നിന്റെ ജോലിയാ. കൊറവെന്തെങ്കിലും കണ്ടാ എന്റെ വിധം മാറും. നിനക്കറിയാല്ലൊ.

മധ്യദൂരദൃശ്യം.

എന്നിട്ട് തുടർന്ന് എറമുള്ളാനോട് പറയുന്നു:

ഇനി ഈടെയീ പടിപ്പൊരെ കെടന്നാമതി. പള്ളിലേക്കൊന്നും കെടക്കാൻ പോണ്ട. നിനക്കു സുഖാകണതുവരെ ബാങ്കുവിളിക്കാനും വേറെ ആളെ വെക്കാം. പറഞ്ഞതുകേട്ടല്ലോ. ഇനി രണ്ടാളും പൊക്കൊ.

എറമുള്ളാനും അദ്രുമാനും പടിപ്പുരയിലേക്കു നടക്കുന്നു. വീടിനകത്തേക്ക് നോക്കി തങ്ങൾ ഭാര്യയെ വിളിക്കുന്നു:

ആറ്റേ ആറ്റ ഇല്ലേയവടെ

അകത്തുനിന്ന് ആറ്റബീവി വിളിച്ചു പറയുന്നു:

ബരുന്നു...

ജനാലക്കടുത്തേക്ക് ആറ്റബീവി വരുന്നു.

മധ്യദൃശ്യം

അകത്തേമുറിയിൽ നിന്ന് പുറത്തേക്കുള്ള ജനാലയ്ക്കടുത്ത് വന്നു നിൽക്കുന്ന ആറ്റബീവിയോട് എറമുള്ളാനോടുള്ള സഹാനുഭൂതിയോടെ തങ്ങൾ പറയുന്നു:

എറമുള്ളാനു നല്ല സുഖമില്ല. ഓനുംകൂടിന്നുതൊട്ടി വടാ കെടുക്കുക. ഓന്റെ കാര്യോംകൂടി നോക്കണന്നാ കടൈശിപ്പാത്തൂനോട് പറഞ്ഞേക്ക്.

തങ്ങൾ പറഞ്ഞ കാര്യത്തിൽ തന്റെ അതൃപ്തി പ്രകടിപ്പിച്ചുകൊണ്ട് ആറ്റബീവി പറയുന്നു:

അകത്തൊള്ളോർക്ക് വേറെ പണിയൊന്നുമില്ലാലൊ.

സീൻ - എഴുപത്.

**പൂക്കോയതങ്ങളുടെ വീട് - മുൻവശത്തെ ഇറയം - രാത്രി
മധ്യദൂരദൃശ്യം**

ഉറക്കമുണർന്ന എറമുള്ളാൻ വെള്ളം കുടിക്കാൻ ദാഹിച്ച് ഉറങ്ങിക്കിടന്ന അദ്രുമാനെ തല ഉയർത്തിപ്പിടിച്ച് വിളിച്ചുണർത്താൻ ശ്രമിക്കുന്നു.

എടാ... അദ്രുമാനെ...

അദ്രുമാൻ വിളികേൾക്കുന്നില്ലെന്ന് മനസിലാക്കിയ എറമുള്ളാൻ തല താഴ്ത്തി കിടക്കുന്നു. അൽപ്പനേരം കഴിഞ്ഞ് വീണ്ടും തല ഉയർത്തി എറമുള്ളാൻ വിളിക്കുന്നു.

എടാ അദ്രുമാനെ എനിക്കിച്ചിരി ബെള്ളം താ, താഹി ക്കണു.

മധ്യദൂരദൃശ്യം

സംഗീതം തുടങ്ങുന്നു. ഇനി എന്തു വഴി എന്നാലോചിച്ച് എറമുള്ളാൻ ചുറ്റും നോക്കുന്നു. അപ്പോഴാണ് അദ്രുമാന്റെ വടി തലക്ക് പിന്നിൽ കിടക്കുന്നത് എറമുള്ളാൻ കാണുന്ന ത്. പ്രയാസപ്പെട്ട് അയാളതെടുത്ത് അദ്രുമാന്റെ ശരീരത്ത് കുത്തുന്നു. കരച്ചിലോടെ ഉറക്കമുണരുന്ന അദ്രുമാൻ എഴു ന്നേറ്റിരുന്ന് പിറുപിറുക്കുന്നു:

അയ്യോ എന്നെ തല്ലിക്കൊല്ലുന്നേ....

എറമുള്ളാൻ പറയുന്നു:

ഇച്ചിരി ബെള്ളം താ. താഹിക്കണു...

മധ്യദൂരദൃശ്യം

സ്ഥലകാലബോധം വന്ന അദ്രുമാൻ എറമുള്ളാന്റെ തലയ്ക്ക് പിറകിലായി ഇരുന്ന പാത്രത്തിൽനിന്നും കുറച്ചു വെള്ളം ഗ്ലാസിലേക്ക് പകർന്ന് എറമുള്ളാനുകൊടുക്കുന്നു. വെള്ളം കുടിക്കാനുള്ള അത്യാർത്തിയോടെ ഗ്ലാസ് ചുണ്ടോ ടടുപ്പിക്കുന്ന എറമുള്ളാന് വെള്ളം ഇറക്കാൻ കഴിയുന്നില്ല. ഗ്ലാസ് തിരിച്ച് അദ്രുമാനെ ഏൽപ്പിച്ചുകൊണ്ട് ക്ഷീണിച്ച സ്വരത്തിൽ പറയുന്നു:

എനിക്ക് തീർത്തും മേല. ബാബ്ള നീയാ ആശുപത്രി വരെപ്പോയി ഡോക്ടറോട് പറഞ്ഞ് വല്ലമരുന്നും മേടി ച്ചോണ്ടു വാ. വെള്ളമെറക്കാനെക്കൊണ്ട് പറ്റണി ല്ലെന്നു പറഞ്ഞാമതി.

സീൻ – എഴുപത്തി ഒന്ന്.

**ഡോക്ടറുടെ വീട് –
പരിശോധന മുറി –
വൈകുന്നേരം
മധ്യദൂരദൃശ്യം**

പരിശോധന മുറിയിലെ കസേരയിലിരിക്കുന്ന ഡോക്ടർ തനിക്കഭിമുഖമായി മറ്റൊരു കസേരയിലിരിക്കുന്ന തങ്ങ ളോട് പറയുന്നു:

ഈ കിട്ടീരിക്കുന്ന ഫലം വച്ചോണ്ടൊന്നും പറയാൻ മേല. എന്നാലും ക്യാൻസറാകാനൊള്ള സാധ്യത കാണുണൊണ്ട്. കൂടുതലു പരിശോധന നടത്താ നോ, നടത്തീട്ടിപ്പം ക്യാൻസറാണെന്ന് കണ്ടുപിടിച്ചാ

ത്തന്നെ ഇവിടെ ചികിത്സിക്കാനൊന്നും കയ്യൂല്ല. അതുകൊണ്ടെങ്ങോട്ടെങ്കിലും കൊണ്ടുപോകണതാ നല്ലത്. തിരുവനന്തപുരത്തെന്റെ ചില കൂട്ടുകാരൊ ണ്ട്. വേണേലെഴുത്തുതരാം.

മധ്യദൃശ്യം

ആലോചയോടെ തങ്ങൾ പറയുന്നു:

ഉഡിപ്പീലെന്റെ മകൻ ഡോക്ടറാവാൻ പഠിക്കണൊ ണ്ട്. ആടെയായാലൊ.

ഡോക്ടർ പറയുന്നു:

അതും നല്ലതാ. കൂടൊരാളില്ലാതെ കഴിക്കാം. മോനേതു വർഷാ.

തങ്ങൾ അഭിമാനത്തോടെ പറയുന്നു:

ഒന്നാം കൊല്ലാ.

മധ്യസമീപ ദൃശ്യം

ഡോക്ടർ പറയുന്നു:

ആശുപത്രിലോട്ടാരെയെങ്കിലും വിട്ടാൽ മതി. കടലാസൊക്കെ കൊടുത്തയക്കാം.

മധ്യസമീപദൃശ്യം

വികാരാധീനനായി ഡോക്ടറെ നോക്കിക്കൊണ്ട് തങ്ങൾ ഇരിക്കുന്നു. സംഗീതം തുടങ്ങുന്നു. ഡോക്ടർ തുടർന്നു പറയുന്നു:

കൂടുതൽ വച്ചോണ്ടിരിക്കണ്ട. നല്ല വേദന കാണും. വേദന കുറയ്ക്കാനൊള്ള മരുന്നുവല്ലോം ഞാൻ തരാം. അതൊക്കേ ഇവിടെ പറ്റൂ.

സീൻ - എഴുപത്തി രണ്ട്.

ആശുപത്രിയിലെ വാർഡ് - പകൽ
മധ്യദൂരദൃശ്യം

കുഞ്ഞാലി പഠിക്കുന്ന മെഡിക്കൽ കോളേജിലെ ക്യാൻസർ രോഗികൾക്കായുള്ള വാർഡിലെ ഒരു കട്ടിലിൽ എറമുള്ളാൻ കിടക്കുന്നു. എറമുള്ളാൻ കിടക്കുന്ന കട്ടിലിനടുത്തായിട്ടി രിക്കുന്ന ഒരു സ്റ്റൂളിൽ തങ്ങൾ ഇരിക്കുന്നു.

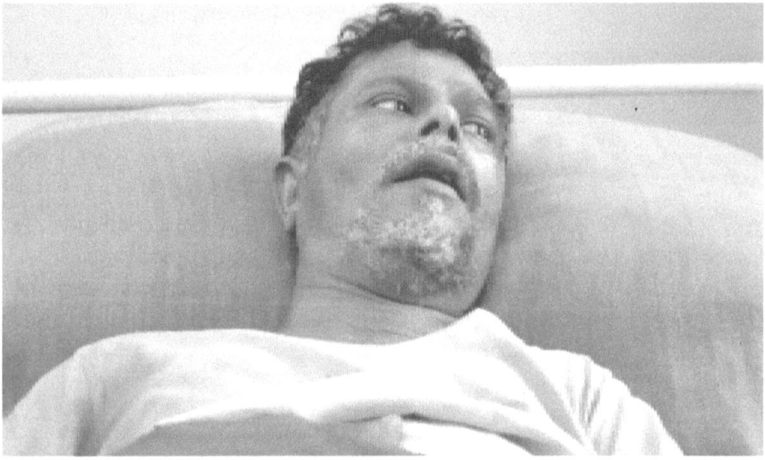

സംഗീതം തുടരുന്നു.

അവശനായിക്കിടക്കുന്ന എറമുള്ളാനെന്തോ തങ്ങളോട് പറയാൻ ശ്രമിക്കുന്നു. പക്ഷേ, ശബ്ദം പുറത്ത് വരുന്നില്ല. എറമുള്ളാനെ സമാധാനിപ്പിക്കാനായി തന്റെ കൈകൊണ്ട് അയാളുടെ തോളിൽത്തട്ടി ആശ്വസിപ്പിച്ചുകൊണ്ട് തങ്ങൾ പറയുന്നു:

ഒട്ടും വെഷമിക്കണ്ട. വേഗം സുഖാകുമെന്നാ ഡോക്ടർ പറഞ്ഞത്. പിന്നെന്തിനാപ്പോലും കുഞ്ഞാലീം ഒണ്ടല്ലോ. മടിക്കാതെല്ലാമവനോട് പറഞ്ഞോണം.

സമീപമധ്യദൃശ്യം

തങ്ങൾ തുടർന്നു പറയുന്നു:

ഞാനുമെടക്ക് വരാം.

കിടന്നകിടപ്പിൽ കിടന്നുകൊണ്ട് എറമുള്ളാൻ തല ഉയർത്തി തങ്ങളെ ദയനീയമായി നോക്കുന്നു. തങ്ങൾ പറയുന്നു:

എന്നാ ഞാനിറങ്ങട്ടെ.

മധ്യദൂരദൃശ്യം

എറമുള്ളാനെ കട്ടിലിൽ പിടിച്ചുകിടത്തിക്കൊണ്ട് തങ്ങൾ പറയുന്നു:

വേണ്ട ശരീരം എളക്കണ്ട.

താനിരുന്നിരുന്ന സ്റ്റൂളിൽനിന്ന് എണീറ്റുകൊണ്ട് തങ്ങൾ പറയുന്നു:

കുഞ്ഞാലിയെ ഇങ്ങോട്ട് പറഞ്ഞുവിടാം.

സീൻ - എഴുപത്തിമൂന്ന്.

ഹോസ്റ്റലിലെ മുറി - പകൽ
മധ്യദൂരദൃശ്യത്തിൽനിന്ന്
മധ്യദൃശ്യത്തിലേക്ക്

ആൺകുട്ടികൾക്ക് താമസിക്കാനുള്ള മെഡിക്കൽ കോളേജിലെ ഹോസ്റ്റൽ മുറിയിൽനിന്ന് കൈയിലൊരു കുടയുമായി തങ്ങൾ പുറത്തേക്ക് വരുന്നു. ചെറിയ യാത്രാബാഗും തൂക്കിപ്പിടിച്ച് തങ്ങളുടെ പിന്നിലായി കുഞ്ഞാലിയും മുറിയുടെ പുറത്തേക്ക് വരുന്നു. കുഞ്ഞാലി വരാനായി മുറിക്കുപുറത്ത് കാത്തുനിന്ന തങ്ങൾ പറയുന്നു:

എന്തേലും വിശേഷമുണ്ടേ വിളിച്ചു പറയണം. ഞാനിങ്ങുവരാം. ചെലവിനൊള്ള പൈസ ബാങ്കീന്നെടുത്തോണം.

തങ്ങൾ വരാന്തയിലൂടെ സാവധാനം നടക്കുന്നു. കുഞ്ഞാലിയും തങ്ങളുടെ കൂടെ നടന്നെത്തുന്നു. വരാന്തയിലൂടെ നടക്കുന്നതിനിടയിൽ കുഞ്ഞാലി കൈയിൽപിടിച്ചിരുന്ന യാത്രാബാഗ് സ്വന്തം കൈയിലേക്ക് മാറ്റിക്കൊണ്ട് തങ്ങൾ പറയുന്നു:

ഇനി നീ പൊക്കോ. ക്ലാസുകളയണ്ട. ഇതൊക്കെയായിട്ട് പഠിത്തം മോശാക്കരുത്. ഭാഗ്യംകൊണ്ടാ ഇങ്ങനൊരവസരം കിട്ടിയതെന്നോർമ വേണം. അതുപയോഗിക്കാൻ നോക്ക്.

അവർ താഴേക്കുള്ള ഗോവണിയുടെ അടുത്തേക്ക് നടക്കുന്നു. നടക്കുന്നതിനിടയിൽ ഗോവണിയുടെ അടുത്ത് നിൽക്കുന്ന തങ്ങൾ കുഞ്ഞാലിയോട് പറയുന്നു:

പെരുനാളിനുവരാമ്പറഞ്ഞു ഞാൻ ഇബ്രായിക്കെഴുതീട്ടൊണ്ട്. ഓൻ വന്നാലിങ്ങോട്ടയക്കാം. നീയുമിനി പെരുനാളിനുവന്നാ മതി. നോമ്പെടുക്കണം. വീട്ടില ല്ലാന്നുവച്ചതിനുമടി കാണിക്കരുത്.

തങ്ങൾ ഗോവണിപ്പടി ഇറങ്ങുന്നു. ഇറങ്ങുന്നതിനിടയിൽ തിരിഞ്ഞുനോക്കിക്കൊണ്ട് പറയുന്നു:

പറ്റിയാ എടക്കിറങ്ങാം.

ഗോവണിപ്പടി ഇറങ്ങുന്ന തങ്ങൾ ഒരു നിമിഷം പടിയിൽ നിൽക്കുന്നു. തിരിഞ്ഞ് മകനെ വാത്സല്യത്തോടെ നോക്കിയശേഷം മുന്നോട്ട് നടന്നിറങ്ങുന്നു.

സീൻ - എഴുപത്തി നാല്.

തങ്ങളുടെ വീട് - തങ്ങളുടെ മുകളിലത്തെ മുറി - രാത്രി മധ്യദൂരദൃശ്യം

കിടപ്പുമുറിയിലേക്ക് കയറിവന്ന തങ്ങൾ തലപ്പാവഴിച്ച് ഭിത്തിയിലെ അയയിൽ തൂക്കുന്നു. ഇതിനകം ഒരു ഗ്ലാസിൽ ചായയുമായി മുറിയിലേക്ക് വന്ന ആറ്റബീവി ചായ ഗ്ലാസും കയ്യിൽ പിടിച്ച് കട്ടിലിനടുത്ത് നിൽക്കുന്നു. ഇട്ടിരുന്ന ഷർട്ടിന്റെ കയ്യിലെ കുരുക്കഴിക്കുന്നതിനിടയിൽ തങ്ങൾ പറയുന്നു:

കുഞ്ഞാലിക്കവിടെ ബുദ്ധിമുട്ടൊന്നുമില്ല. താമസോം ഭക്ഷണോം ഒക്കെ നല്ലതാ. ആശുപത്രീം.

ഷർട്ടിന്റെ കൈയിലെ കുരുക്കഴിച്ചശേഷം ഷർട്ട് അഴിച്ച് അയയിൽ തൂക്കുന്നതിനിടയിൽ തങ്ങൾ പറയുന്നു:

ഒരു കണക്കിനെറമുള്ളാനെ അങ്ങോട്ടുകൊണ്ടുപോയത് നന്നായി. ഇവിടെക്കിടന്നാ ഓന്റെ കഷ്ടപ്പാട് ഇമ്മളു കാണണ്ടെ.

അത്ര രസിക്കാത്ത മട്ടിൽ ആറ്റബീവി പറയുന്നു:

അയിനിപ്പം ഇമ്മിണിയേറെ ചെലവാക്കണില്ലെ. ഈടെ ഈനുമാത്രൊക്കെണ്ടോ.

കട്ടിലിൽ വന്നിരിക്കുന്ന തങ്ങൾ ആറ്റബീവിയുടെ കൈയിൽനിന്നും ചായ ഗ്ലാസ് വാങ്ങിക്കൊണ്ടൽപ്പം നീരസത്തോടെ ചോദിക്കുന്നു:

ഓനെപ്പിന്നാരു നോക്കും!

സംഗീതം തുടങ്ങുന്നു. തങ്ങൾ എന്തൊക്കെയോ ഓർത്തിട്ടെന്ന പോലെ വികാരധീനനായി തുടർന്നു പറയുന്നു:

കുഞ്ഞായിരിക്കുമ്പം ഉപ്പാപ്പേടടുത്ത് വന്നുകൂടിയതാ. ശബ്ദം നല്ലതാന്നും പറഞ്ഞ് വലിയ തങ്ങളവനെ ബാങ്ക് വിളിക്കാനേപ്പിച്ചു. എറമുള്ളാനെവെല്ലാൻ മറ്റൊരാളീടടുത്തപള്ളീലൊന്നും ഉണ്ടായൂല്ല. ആസ്പത്രികെടക്കണകണ്ടപ്പം സങ്കടം വന്നു. മിണ്ടാൻ പറ്റണ്ടെ. പാവം.

മധ്യദൃശ്യം

കൈയിലിരുന്ന ചായഗ്ലാസിൽ നിന്നൽപ്പം ചായ തങ്ങൾ കുടിക്കുന്നു. തങ്ങളെ കുറ്റപ്പെടുത്തിക്കൊണ്ട് ആറ്റബീവി പറയുന്നു:

അതേലൊരുത്തനെ പഠിപ്പിക്കാനീ തങ്ങളും കൊറെ കായ് ഒഴുക്കണൊണ്ടല്ലോ. ഈ കളയണ കായൊണ്ടാർന്നെ ബീക്കുട്ടിയെ കൊള്ളാവുന്നടത്ത് പറഞ്ഞുവിടാർന്നു. ബുലൂഗായിട്ടും ബീക്കുട്ടീടെ നിക്കാഹ് നടത്താത്തേനാൾക്കാരെന്നോടാ ചോദിക്കണെ.

തങ്ങൾ പറയുന്നു:

ആറ്റ എന്നാ ഈ പറയണെ. ബീക്കുട്ടീടെ പഠിത്തം കഴിയട്ടെ. ഇപ്പം പഴേപോലൊക്കെയാണോ കാര്യങ്ങൾ. ഇമ്മടെ കൂട്ടത്തിലെ പെമ്പിള്ളേരും പഠിക്കുകേം പണിയെടുക്കുകേം ഒക്കെ ചെയ്യണില്ലെ. പിന്നെ കുഞ്ഞാലി ഡോക്ടറു പരീക്ഷ പാസായാലും അറക്കക്കാർക്കൊരു പെരുമയല്ലെ.

മധ്യസമീപദൃശ്യം

ദേഷ്യത്തോടെ ആറ്റബീവി ചോദിക്കുന്നു:

ആ ഹറാത്തെങ്ങനെയാ അറക്കലെയാവണെ. ഓനെന്റെ വയറ്റിലൊണ്ടായതല്ല.

മധ്യസമീപദൃശ്യം

തങ്ങൾ നിശ്ശബ്ദനാവുന്നു. അയാൾ ദുഃഖിതനാണ്.

സീൻ - എഴുപത്തി അഞ്ച്.

**തങ്ങളുടെ വീട് -
മുകളിലത്തെ മുറി - സന്ധ്യ
മധ്യദൃശ്യം**

ടെലിഫോൺ ബെല്ലടിക്കുന്നു. വീട്ടിനുള്ളിലേക്ക് കയറിവന്ന തങ്ങൾ ഫോണെടുത്ത് സംസാരിക്കുന്നു.

തങ്ങളാ

മറുവശത്തുനിന്നുള്ള സംസാരം തങ്ങളുടെ മുഖത്ത് ഭാവഭേദമുണ്ടാക്കുന്നു.

ആഹാ കുഞ്ഞാലിയാ. ഏ എറമുള്ളാനൊ

അൽപ്പം നിരാശതയോടെ തങ്ങൾ ചോദിക്കുന്നു:

എപ്പഴാ

മറുപുറത്തുനിന്നുള്ള സംസാരം ശ്രദ്ധിച്ചുകേട്ടശേഷം തങ്ങൾ പറയുന്നു:

വേണ്ട വേണ്ട. അഞ്ചാറുമണിക്കൂറിന്റെ കാര്യല്ലേയൊള്ളൂ. ഞാനൊടനെ ഒരുവണ്ടീയായിട്ടിബ്രായിയെ

അങ്ങോട്ടയക്കാം. നീയവടത്തെ കാര്യമൊക്കെ ശരിയാക്ക്. ചെലവിനുള്ള പൈസയൊക്കെ കൊടുത്തു തീർക്കണ്ടെ. ബില്ലെത്രയായെന്നൂടെ നോക്ക്.

കേട്ടതിനു മറുപടിയായി തങ്ങൾ തുടർന്നു പറയുന്നു:

ഏതായാലും ഇബ്രായീടെ കൈയിൽ കുറെ പൈസ കൊടുത്തയക്കാം.

എന്നിട്ടൊരു നിമിഷത്തിനുശേഷം തങ്ങൾ പറയുന്നു:

നീയും കൂടെപ്പോരെ. ഇനിയിപ്പം പെരുനാളിന്റെ മൊടക്കോം ആയല്ലോ.

സംഗീതം തുടങ്ങുന്നു. ഫോൺ താഴെ വച്ചശേഷം തങ്ങൾ വികാരഭരിതനായി ജനലഴികളിൽ പിടിച്ച് നിൽക്കുന്നു.

സീൻ - എഴുപത്തി ആറ്.

**തങ്ങളുടെ വീട് -
മുൻവശത്തെ മുറി - പകൽ
മധ്യദൃശ്യത്തിൽനിന്ന്
മധ്യദൂരദൃശ്യത്തിലേക്ക്**

ഭിത്തിയോട് ചേർത്തിട്ടിരിക്കുന്ന ബെഞ്ചിലിരിക്കുന്ന ചെറുപ്പക്കാരൻ ഖുറാൻ വായിക്കുന്നു.

ഇസ്മില്ലാ....

അയാളിൽനിന്നും മുറിയുടെ നടുവിലേക്ക് നീങ്ങുന്ന ക്യാമറ വെള്ള തുണികൊണ്ട് മൂടി കിടത്തിയിരിക്കുന്ന എറമുള്ളാന്റെ ഭൗതിക ശരീരത്തിനടുത്തേക്ക് നീങ്ങുന്നു. എറമുള്ളാന്റെ ശവശരീരം കിടത്തിയിരിക്കുന്നതിനടുത്തായി തങ്ങളിരിക്കുന്നു. അടുത്തായി കുഞ്ഞാലി നിൽപ്പുണ്ട്. മറ്റു ചിലരും അടുത്ത് നിൽക്കുന്നു. ഒരാൾ അന്തിമോപചാരം അർപ്പിക്കാനെത്തുന്നു. അടുത്തുനിന്ന മറ്റൊരാൾ എറമുള്ളാനെ മൂടിയിരുന്ന വെള്ളവസ്ത്രം മുഖത്തുനിന്ന് മാറ്റി അയാളെ കാണിക്കുന്നു. വന്നയാൾ പോകുന്നു.

സീൻ - എഴുപത്തി ഏഴ്.

**മയ്യത്ത് പറമ്പ് - പകൽ
ദൂരദൃശ്യത്തിൽനിന്ന്
അതിദൂരദൃശ്യത്തിലേക്ക്**

എറമുള്ളാന്റെ ഭൗതിക ശരീരം ചുമന്നുകൊണ്ടുള്ള ശവഘോഷയാത്ര മയ്യത്ത് പറമ്പിലേക്ക് നീങ്ങുന്നു. മുന്നിൽ

തങ്ങളുണ്ട്. മയ്യത്ത് ചുമക്കുന്നവർ എറമുള്ളാന്റെ ശവശരീരം നിലത്ത് വയ്ക്കുന്നു. ശവസംസ്കാരച്ചടങ്ങിൽ പങ്കെടുക്കാൻ വന്നവർ എറമുള്ളാന്റെ ശവശരീരത്തിനു ചുറ്റും നിന്ന് അന്തിമോചപാരം അർപ്പിക്കുന്നു. ഖുറാൻ വായന തുടരുന്നു.

മധ്യദൂരദൃശ്യം

പച്ചത്തുണികൊണ്ട് പൊതിഞ്ഞ എറമുള്ളാന്റെ ഭൗതികശരീരത്തിനു ചുറ്റും നിന്ന് മയ്യത്ത് ചടങ്ങിനു വന്നവർ പ്രാർഥിക്കുന്നു. അദ്രുമാനെയും ഇബ്രായിയെയും കൂട്ടത്തിൽ കാണാം.

സീൻ - എഴുപത്തിയെട്ട്.

**തങ്ങളുടെ വീട് -
മുകളിലത്തെ മുറി - പകൽ
ദൂരദൃശ്യം**

മുകളിലത്തെ മുറിയിലൊരു കസേരയിൽ തങ്ങൾ തനിച്ചിരിക്കുന്നു. അങ്ങോട്ട് കയറിവരുന്ന ഇബ്രായി മുറിയിൽ കിടക്കുന്ന ബെഞ്ചിൽ ഇരുന്നിട്ട് ആരോടെന്നില്ലാതെ പറയുന്നു:

ബലിയ സങ്കടായിപ്പൊയി.

തങ്ങളൊന്നും പറയുന്നില്ല.

സീൻ - എഴുപത്തിയൊൻപത്.

**തങ്ങളുടെ വീട് -
കടൈശിപ്പാത്തുവിന്റെ മുറി -
സന്ധ്യ
മധ്യദൂരദൃശ്യം**

കടൈശിപ്പാത്തുവും പൂക്കുഞ്ഞിബീവിയും കട്ടിലിൽ കിടന്നുറങ്ങുന്നു. മുറിയുടെ പുറത്തുനിന്നും അകത്തേക്ക് കടന്നുവന്ന ആറ്റബീവി കട്ടിലിനടുത്ത് നിന്നുകൊണ്ട് ദേഷ്യത്തോടെ ശബ്ദമുയർത്തി പറയുന്നു:

എടീ പാത്തൂ, ഓക്കൊറങ്ങാങ്കണ്ടൊരു സമയം.

ഞെട്ടിയുണർന്ന കടൈശിപ്പാത്തുവും പൂക്കുഞ്ഞിബീവിയും കട്ടിലിലെണീറ്റിരിക്കുന്നു.

പൂക്കുഞ്ഞിബീവിയോട് ആറ്റബീവി പറയുന്നു:

സന്ധ്യക്കാണോടീകെടന്നൊറങ്ങണെ. വേഗമെണീറ്റ് നിസ്കരിക്ക്.

സമീപമധ്യദൃശ്യം

പൂക്കുഞ്ഞിബീവി പറയുന്നു:

എറമുള്ളാനിക്ക മരിച്ചേന്റെ സങ്കടത്തിലു കെടന്നതാ ഉമ്മ. ഒറങ്ങിപ്പോയി.

സമീപമധ്യദൃശ്യം

ദേഷ്യത്തോടെ ആറ്റബീവി പറയുന്നു:

അയിന്നക്കെന്തിനാടി സങ്കടം. അന്റാരും മരിച്ചിട്ടില്ലി ബിടെ.

ആറ്റബീവി തുടർന്ന് പാത്തുവിനോട് പറയുന്നു:

വേഗെണീറ്റ് ചോറും ചായേം ഒണ്ടാക്ക്. അല്ലേലെ ല്ലാറ്റിനേം അടിച്ച് പൊറത്താക്കും.

സീൻ - എൺപത്.

തങ്ങളുടെ വീട് - കുഞ്ഞാലിയുടെ മുകളിലത്തെ മുറി - സന്ധ്യ ദൂരദൃശ്യത്തിൽനിന്ന് മധ്യദൂരദൃശ്യത്തിലേക്ക്

ഗോവണിപ്പടികയറിവരുന്ന പൂക്കുഞ്ഞിബീവി ഇടനാഴിയിലൂടെ നടന്നുവന്ന് കുഞ്ഞാലിയുടെ മുറിയിലേക്ക് കടന്ന് കട്ടിലിനടുത്തേക്ക് നടന്നുവന്ന് കുഞ്ഞാലി കിടക്കുന്നതിനടുത്തായി കട്ടിലിലിരിക്കുന്നു. എന്നിട്ട് ഉറങ്ങിക്കിടക്കുന്ന കുഞ്ഞാലിയുടെ ചെവിയിൽ ഇക്കിളിപ്പെടുത്തി അവനെ ഉണർത്താൻ ശ്രമിക്കുന്നു. ഉറക്കം മുറിഞ്ഞതിലുള്ള ഈർഷ്യയോടെ കട്ടിലിൽ എണീറ്റിരിക്കുന്ന കുഞ്ഞാലി ചോദിക്കുന്നു:

ഉം. എന്താ?

ഭയത്തോടെ പൂക്കുഞ്ഞിബീവി പറയുന്നു:

എനിക്കു പേടിയാവണു.

അതത്ര ഇഷ്ടപ്പെടാത്ത മാതിരി കുഞ്ഞാലി പറയുന്നു:

ഞ്ഞീന്തിനാ പേടിക്കണെ. എറമുള്ളാനിക്ക മരിക്കണതൊന്നും ഞ്ഞി കണ്ടില്ലാലോ. ഞാനതും കണ്ടു.

സമീപമധ്യദൃശ്യം

നിസ്സഹായതയോടെ പൂക്കുഞ്ഞിബീവി പറയുന്നു:

ആ ബാങ്കുവിളീടൊച്ചെന്റെ ചെവീലുമൂളുന്നു.

ദേഷ്യത്തോടെ കുഞ്ഞാലി പറയുന്നു:

പെണ്ണിന്റോരോതോന്നലെ. ഓരോന്ന് നിരീച്ച് പറയാതെ പാത്തുച്ചാച്ചേടടുത്തുപോയിക്കിടന്നൊറങ്ങിക്കോ.

അതുനടക്കില്ലെന്ന മട്ടിൽ പൂക്കുഞ്ഞിബീവി പറയുന്നു

ആ പൂതി വേണ്ട. ഉമ്മാടെ ഹാലിളകി നടക്കുവാ. ആടാരേം കെടത്തുകേല. ഇന്നേം അവിടുന്നോടിച്ചു ബിട്ടതാ.

മധ്യദൂരദൃശ്യം

കുഞ്ഞാലി കട്ടിലിൽനിന്ന് എണീറ്റ് മുറിയുടെ ഭിത്തിയോട് ചേർത്തുവച്ചിരിക്കുന്ന അലമാരയിൽനിന്ന് ഒരു സാധനം എടുത്ത് കൈവെള്ളക്കകത്ത് ഒളിപ്പിച്ചു വച്ച് തിരിച്ച് കട്ടിലിൽ പൂക്കുഞ്ഞിബീവിയുടെ അടുത്തുവന്നിരുന്ന് അവളെ കൊതിപ്പിക്കുന്നു. പൂക്കുഞ്ഞിബീവി അതവന്റെ കൈയിൽനിന്ന് തട്ടിപ്പറിക്കാൻ നോക്കുന്നു. കുഞ്ഞാലി വിട്ടുകൊടുക്കുന്നില്ല. പൂക്കുഞ്ഞിയുടെ മുഖം വാടുന്നതുകണ്ട കുഞ്ഞാലി അവളോട് സഹതപിച്ച് കൈ തുറന്ന് കാണിക്കുന്നു. കൈയിലൊളിപ്പിച്ചുവച്ചിരുന്ന സമ്മാനം കണ്ട് ആഹ്ലാദത്തിൽ പൂക്കുഞ്ഞിബീവി അത്ഭുതത്തോടെ പറയുന്നു:

അള്ളാ നല്ലരസോണ്ടല്ലൊ.

അവളവന്റെ കൈയിൽനിന്ന് ഒരു മാലയെടുത്ത് കഴുത്തിലിട്ടുകൊണ്ട് ചോദിക്കുന്നു:

നീയിതെനിക്കു മേടിച്ചതാ.

നിഷേധാർഥത്തിൽ കുഞ്ഞാലി പറയുന്നു:

ഹേയ് ആടൊരു മൊഞ്ചത്തിക്കുമേടിച്ചതാ. നിന്നെയൊന്ന് കാണിച്ചൂന്നേ ഒള്ളൂ.

പരിഭവത്തോടെ പൂക്കുഞ്ഞി ചോദിക്കുന്നു:

എന്നെക്കാളും മൊഞ്ചത്തിയാ.

മധ്യസമീപദൃശ്യം

പൂക്കുഞ്ഞിയെ ശുണ്ഠി പിടിപ്പിക്കാനായി കുഞ്ഞാലി പറയുന്നു:

പിന്നെ പറയാനൊണ്ടോ. പക്ഷേ, നിന്റ്രത്ര ബുദ്ദൂസ്സല്ല.

കുഞ്ഞാലിയുടെ പരിഹാസം ശ്രദ്ധിക്കാതെ പൂക്കുഞ്ഞി ബീവി മാലയുടെ ഭംഗി ആസ്വദിച്ചിരിക്കുന്നു. അവളുടെ ചടഞ്ഞുകൂടിയുള്ള ഇരിപ്പത്ര ഇഷ്ടപ്പെടാതെ കുഞ്ഞാലി പറയുന്നു:

മാലേമിട്ടോണ്ടുതാഴേക്കു ചെന്ന് ഉമ്മേടെ വായിലിരിക്കണെ കേക്കണ്ട. അതഴിച്ചെവിടേലും വെക്ക്. എന്നിട്ടും പോകാൻ ഭാവമില്ലാതെ മാലയുടെ ഭംഗി നോക്കിയിരിക്കുന്ന പൂക്കുഞ്ഞിബീവിയോട് ദേഷ്യത്തോടെ കുഞ്ഞാലി പറയുന്നു:
ഇഞ്ഞിയെന്താ താഴേക്ക് പോകാത്തത്?

മധ്യസമീപദൃശ്യം

ദേഷ്യത്തോടെ പൂക്കുഞ്ഞിബീവി പറയുന്നു:

പോ ചെറുക്കാ. ഞാനീടിരുന്നാ നിനക്കെന്നാ ചേതം.

മധ്യസമീപദൃശ്യം

പൂക്കുഞ്ഞിബീവിയെ സമാധാനിപ്പിച്ചുകൊണ്ട് കുഞ്ഞാലി പറയുന്നു:

നീ ഇപ്പം താഴേക്കുപോ. ഉപ്പാ കാണണ്ട.

മധ്യദൂരദൃശ്യം

പരിഭവത്തോടെ പൂക്കുഞ്ഞിബീവി പറയുന്നു:

നിനക്കെന്നോടൊട്ടും ഇഷ്ടല്ലാത്തോണ്ടല്ലെ. ആടത്തെ ബിശേഷം എന്തേലും നീ പറഞ്ഞൊ. ഒരു പത്രാസുകാരൻ.

പിണക്കം ഭാവിച്ച് പൂക്കുഞ്ഞിബീവി കട്ടിലിൽ കിടക്കുന്നു.

സീൻ എൺപത്തി ഒന്ന്.

തങ്ങളുടെ വീട് -
അടുക്കളയോട് ചേർന്നുള്ള മുറി -
വെളുപ്പാൻ കാലം.
ദൂരദൃശ്യത്തിൽനിന്ന്
മധ്യദൃശ്യത്തിലേക്ക്

രാവിലെ ഉണർന്ന ആറ്റബീവി ഗോവണി ഇറങ്ങി താഴത്തെ നിലയിലേക്കു വരുന്നു.

മധ്യദൃശ്യം

താഴത്തെ മുറിയിലൂടെ നടന്ന് അടുക്കളയോട് ചേർന്നുള്ള മുറിയുടെ വാതിൽക്കൽ എന്തോ കണ്ടിട്ടെന്നപോലെ നിൽക്കുന്നു.

ദൂരദൃശ്യം

അടുക്കളയോട് ചേർന്നുള്ള മുറിയിലെ നിലത്ത് പാത്തു കിടന്നുറങ്ങുന്നു.

മധ്യദൃശ്യം

നിലത്ത് കിടന്നുറങ്ങുന്ന കടൈശിപ്പാത്തുവിനെ കണ്ട് വിശ്വാസം വരാതവളെ പകച്ചു നോക്കിക്കൊണ്ട് ആറ്റബീവി വിളിച്ചു ചോദിക്കുന്നു.

എടീ പാത്തു ഇവിടാണോ കിടന്നുറങ്ങണെ.

എന്നിട്ട് ധൃതിയിൽ പാത്തു കിടക്കുന്നതിനടുത്തേക്ക് നടക്കുന്നു.

ദൂരദൃശ്യം

കടൈശിപ്പാത്തു കിടക്കുന്നതിനടുത്തേക്ക് നടന്നുചെന്ന ആറ്റബീവി അവളുടെ അടുത്ത് നിലത്തിരുന്ന് ഉറങ്ങിക്കിടക്കുന്ന പാത്തുവിനെ കൈകൊണ്ട് തട്ടി ഉണർത്തുന്നതിനിടയിൽ വിളിക്കുന്നു:

എടീ എടീ

ബോധം കെട്ടുറങ്ങുന്ന പാത്തു ഞെട്ടിയുണർന്ന് നിലത്തെണീറ്റിരിക്കുന്നു. സ്ഥലകാലബോധം വരാതിരിക്കുന്ന പാത്തുവിനോട് ആറ്റബീവി ചോദിക്കുന്നു:

നീ ഇന്നലെ ഇവിടാണോ കെടന്നെ.

മധ്യദൂരദൃശ്യം

എന്തുപറയേണ്ടു എന്നറിയാതെ പാത്തു മിഴിച്ചിരിക്കുന്നു.

ആറ്റബീവി തുടർന്നു ചോദിക്കുന്നു:

ബീക്കുട്ടി നിന്റൊപ്പരല്ലേ കെടന്നെ.

അതിനും ഉത്തരം പറയാതെ സ്വപ്നത്തിലെന്നപോലെ കടൈശിപ്പാത്തു വേഗം നിലത്തു നിന്നെണീറ്റ് അവളുടെ മുറിയിലേക്ക് നടക്കുന്നു.

മധ്യദൂരദൃശ്യം

അകത്തേക്ക് പോയ പാത്തു മുറിക്കകത്ത് പോയിനോക്കി യിട്ട് തിരിച്ചുവന്ന് വാതിൽക്കൽ നിൽക്കുന്ന ആറ്റബീവി യോട് പറയുന്നു:

ബീക്കുട്ടി ഈടടീല്ലാലൊ.

സംശയത്തോടെ ആറ്റബീവി ചോദിക്കുന്നു

പിന്നോളെവിടെ പോയി.

സമീപമധ്യദൃശ്യം

മിഴിച്ചു നിൽക്കുന്ന പാത്തുവിനോട് ആറ്റബീവി പറയുന്നു:

എന്താടീ നത്തിനെപ്പോലെ നോക്കണെ. വെള്ളകീ റണെനുമുമ്പ് കണ്ടുപിടിക്ക്. വെറുതെ പാട്ടാക്കണ്ട. മിഴിച്ചു നിക്കാതെ വേഗം പോ.

കടൈശിപ്പാത്തു ഒന്നും മനസിലാകാതെ മിഴിച്ചുനിൽ ക്കുന്നു.

സീൻ - എൺപത്തി രണ്ട്.

തങ്ങളുടെ വീട് - കുഞ്ഞാലിയുടെ മുകളിലത്തെ മുറി - വെളുപ്പാൻ കാലം. ദൂരദൃശ്യം

കുഞ്ഞാലിയും പൂക്കുഞ്ഞിബീവിയും കട്ടിലിൽ കിടന്നുറ ങ്ങുന്നു. വാതിൽ തുറക്കുന്ന ശബ്ദത്തോടെ വെളിച്ചം മുറി യിൽ പരക്കുന്നു. ഞെട്ടി ഉണർന്ന കുഞ്ഞാലി കട്ടിലിൽ എണീറ്റിരിക്കുന്നു.

ദൂരദൃശ്യം

കുഞ്ഞാലികിടക്കുന്ന മുറിയുടെ വാതിൽ തള്ളിത്തുറന്നക ത്തേക്കു വരുന്ന കടൈശിപ്പാത്തു കട്ടിലിൽക്കിടന്നുറങ്ങുന്ന പൂക്കുഞ്ഞിബീവിയെ കണ്ടമ്പരന്നു നിൽക്കുന്നു. വാതിൽ തുറക്കുന്ന ശബ്ദംകേട്ട പൂക്കുഞ്ഞിബീവിയും ഉറക്കമുണർ ന്ന് തല പൊക്കി പാത്തുവിനെ നോക്കുന്നു. കട്ടിലിലെണീ റ്റിരിക്കുന്ന കുഞ്ഞാലിയോട് പാത്തുപറയുന്നു:

എന്നാ മോനെ. ബീക്കുട്ടിയെന്തിനാ ഇവിടെക്കെട ന്നൊറങ്ങാൻ സമ്മതിച്ചെ. ഇനി ഞാനാ ബീവിയോ ടെന്നാ പറയും.

മധ്യദൃശ്യം

പരിഭ്രമത്തോടെ കട്ടൈശിപ്പാത്തു കട്ടിലിൽക്കിടക്കുന്ന പൂക്കുഞ്ഞിയോട് പറയുന്നു

വേഗം താഴോട്ടു വാ. ഉമ്മ അവിടൊക്കമ്പേഷിച്ചുനട ക്കണൊണ്ട്.

സീൻ - എൺപത്തി മൂന്ന്.

തങ്ങളുടെ വീട് - തങ്ങളുടെ മുകളിലത്തെ മുറി- വെളുപ്പാൻ കാലം. മധ്യദൂരദൃശ്യം

ജനലരുകിൽ ഉറപ്പിച്ചുവച്ചിരിക്കുന്ന കണ്ണാടിയിൽ നോക്കി മുഖക്ഷൗരം ചെയ്യുന്ന തങ്ങളുടെ അടുത്തേക്ക് ഒരു മൊന്ത യിൽ വെള്ളവുമായി നടന്നുവരുന്ന ആറ്റബീവി മൊന്ത തങ്ങ ളുടെ അടുത്ത് കിടക്കുന്ന ചെറിയ മേശയിൽവച്ചശേഷം അയാളുടെ അടുത്തുനിൽക്കുന്നു. ആറ്റബീവിയെ കണ്ട തങ്ങൾ ചോദിക്കുന്നു:

എന്നാ താഴത്തൊരൊച്ചപ്പാട്.

താൽപ്പര്യമില്ലാതെ ആറ്റബീവി പറയുന്നു:

പാത്തു എന്തോകണ്ട് പേടിച്ച് നിലവിളിച്ചതാ.

ഓരോന്നാലോചിച്ച് തങ്ങൾ പറയുന്നു:

എറമുള്ളാനീടൊക്കെക്കാണും. എറമുള്ളാനു പാത്തൂന്നുവച്ചാ ജീവനാരുന്നു. പക്ഷേങ്കിലു പാത്തൂനോനെ ബേണ്ട. ഓളാപിരാന്തന്റെ പിന്നാലേ പോയി.

മധ്യസമീപദൃശ്യം

തങ്ങളുടെ സംസാരം തീർത്തും രുചിക്കാതെ ആറ്റബീവി പറയുന്നു:

ഓൻ പോയില്ലെ. ഇനി അതൊക്കെ പറഞ്ഞിട്ടെന്നാ. ഇപ്പം ഇങ്ങടെ പുന്നാരമോൾക്കൊരുത്തനെ കൊണ്ടൊരാൻ നോക്ക്. അല്ലെ ബെറുതെ നാണക്കേടാവും.

മധ്യസമീപദൃശ്യം

കാര്യം മനസിലാവാതെ തങ്ങൾ ചോദിക്കുന്നു:

അയിനിപ്പ ഓൾക്കെന്നാ പറ്റി. ഓൾടെ പഠിപ്പുകഴിയട്ടെ. അപ്പഴേക്കാലോചിച്ചാമതീല്ലൊ.

മധ്യദൂരദൃശ്യം

തങ്ങളുടെ നിസ്സംഗത ഒട്ടും രുചിക്കാത്ത ആറ്റബീവി തങ്ങളുടെ അടുത്തേക്ക് ചെന്ന് വളരെ ഗൗരവമായ ഒരു കാര്യമെന്ന നിലയിൽ പറയുന്നു:

നിങ്ങക്കിപ്പഴും ഓളു കുഞ്ഞനാ. എന്നാ ഓൾടെ പെരുമാറ്റം കുഞ്ഞുങ്ങളെപ്പോലാണോ അതുമല്ല. ഏതുനേരത്തും കുഞ്ഞാലീടെ മുറീലാ ബീക്കുട്ടി. നിങ്ങക്കതറിയുവൊ.

ആറ്റബീവിയെ സമാധാനിപ്പിച്ചുകൊണ്ട് തങ്ങൾ പറയുന്നു:

ഓറൊരുമിച്ച് നിന്റെ മൊല കുടിച്ചുവളർന്നതല്ലെ. അവരൊരുമിച്ച് സന്തോഷമായിട്ടിരിക്കട്ടെ. നിനക്കിപ്പഴും ഓന്റെ കാര്യത്തിലൊരു സംശയാ.

സീൻ - എൺപത്തി നാല്.

തങ്ങളുടെ വീട് - മുൻവശത്തെ ഇറയം - പകൽ
ദൂരദൃശ്യം

ഇറയത്തിട്ടിരിക്കുന്ന കസേരയിൽ തങ്ങളിരിക്കുന്നു. തങ്ങളിരിക്കുന്ന കസേരയുടെ അടുത്ത് പിന്നിലായി ഭിത്തിയോട് ചേർന്നു കിടക്കുന്ന ബെഞ്ചിൽ കുഞ്ഞാലി ഇരിക്കുന്നു. കുഞ്ഞാലിയുടെ മുന്നിലായി കിടക്കുന്ന ചെറിയ വട്ടമേശപ്പുറത്ത് ഒരു ചെറിയ ഓട്ടുരുളിയും അടുത്തായി ഒരു മര

ത്തിന്റെ ചെല്ലപ്പെട്ടിയും ഇരിപ്പുണ്ട്. കുഞ്ഞാലിയുടെ പിന്നിലായി തുറന്നു കിടക്കുന്ന ജനാലയുടെ അടുത്ത് മുറിക്കകത്ത് നിൽക്കുന്ന പൂക്കുഞ്ഞിബീവി ഇടയ്ക്കിടക്ക് കുഞ്ഞാലിയെ തന്റെ കൈകൊണ്ട് തോണ്ടുന്നു. സംഗീതം തുടങ്ങുന്നു. കുഞ്ഞാലി അസ്വസ്ഥതയോടെ അവളുടെ കൈ തട്ടിമാറ്റുന്നു. പക്ഷേ, പൂക്കുഞ്ഞിബീവി ശല്യം തുടരുന്നു. തങ്ങളുടെ ഒരുവശത്ത് അദ്രുമാൻ ഇരിക്കുന്നു. തങ്ങളുടെ മുന്നിൽ നിൽക്കുന്ന ഇബ്രായിയുടെ പിന്നിൽനിന്നും ഒരു പ്രായമായ പുരുഷൻ കൈയിലൊരു അടയ്ക്കാ കുലയുമായി തങ്ങളുടെ മുന്നിലേക്ക് നടന്നുവന്ന് ബഹുമാനപൂർവം അത് തങ്ങളുടെമുന്നിൽ നിലത്തു വച്ച് സക്കാത്തിനായി ഒതുങ്ങിനിൽക്കുന്നു. തങ്ങളയാളെ തൊഴുതിട്ട് ചെല്ലപ്പെട്ടിയിൽനിന്നും രൂപയുടെ ഒരു നോട്ടെടുത്ത് കൊടുക്കുന്നു. സമ്മാനം കിട്ടിയ സന്തോഷത്തിൽ അയാൾ തങ്ങളെ തൊഴുതുകൊണ്ട് പുറംതിരിഞ്ഞു നടന്നു പോകുന്നു. നിലത്തുകിടന്ന അടയ്ക്കാക്കുല ഇബ്രായി കുനിഞ്ഞെടുത്ത് അദ്രുമാനുകൊടുക്കുന്നു. അടയ്ക്കാക്കുല അദ്രുമാൻ താനിരിക്കുന്നതിനൊരുവശത്തായി ഭിത്തിയോട് ചേർത്തുവക്കുന്നു.

മധ്യദൂരദൃശ്യം

സക്കാത്തിനായി കൈയിലൊരു സഞ്ചിയുമായി കറുത്ത പർദ ധരിച്ച ഒരു സ്ത്രീ കയറിവരുന്നു. അവർക്ക് അരി

അളന്നു കൊടുക്കാൻ തങ്ങൾ ആംഗ്യത്തിൽ അദ്രുമാനോട് നിർദേശിക്കുന്നു. അദ്രുമാൻ അരി അളന്നു സഞ്ചിയിലിട്ട് കൊടുക്കുന്നു.

മധ്യദൂരദൃശ്യം

അരി അളന്നുകൊടുക്കുന്നത് നോക്കിനിൽക്കുന്ന പൂക്കുഞ്ഞിബീവിയുടെ മുന്നിലിരിക്കുന്ന കുഞ്ഞാലിയുടെയും അവന്റെ മുന്നിലിരിക്കുന്ന തങ്ങളുടെയും മുന്നിലൂടെ അരി നിറച്ച സഞ്ചിയുമായി പർദയിട്ട സ്ത്രീ തിരിച്ചുനടക്കുന്നു.

സീൻ - എൺപത്തി അഞ്ച്. **തങ്ങളുടെ വീട് - മുകളിലത്തെ മുറി - പകൽ മധ്യദൂരദൃശ്യത്തിൽനിന്ന് മധ്യദൃശ്യത്തിലേക്ക്**

മുകളിലത്തെ മുറിയിൽ ഗോവണിപ്പടിയുടെ അടുത്ത് കാത്തുനിൽക്കുന്ന പൂക്കുഞ്ഞിബീവിയുടെ അടുത്തേക്ക് കുഞ്ഞാലി ഗോവണികയറിവരുന്നു. സംഗീതം തുടങ്ങുന്നു. ഗോവണിപ്പടി കയറി മുറിയിലൂടെ നടക്കുന്ന കുഞ്ഞാലിയുടെ കൂടെ നടന്നുകൊണ്ട് പൂക്കുഞ്ഞിബീവി ചോദിക്കുന്നു:

എനിക്കില്ലേ ഓശാരം.

കൂടെ നടക്കുന്ന കുഞ്ഞാലി പറയുന്നു:

ജോലികിട്ടട്ടെ.

നിരാശാഭാവത്തിൽ പൂക്കുഞ്ഞിബീവി പറയുന്നു:

അതിനി എന്നാ.

കുഞ്ഞാലി പറയുന്നു:

നാലഞ്ചുകൊല്ലംവേണം.

ആലോചിച്ചുകൊണ്ട് പൂക്കുഞ്ഞിബീവി പറയുന്നു:

അപ്പഴേക്കും ഞാൻ മൂത്തുനരയ്ക്കും. അത്രേയൊന്നും കാത്തിരിക്കാനൊള്ള മനസില്ല. ഇപ്പയെന്താ തരാനൊള്ളേന്നുവച്ചാ താ.

പൂക്കുഞ്ഞിബീവിയെ ചൊടിപ്പിക്കാനായി കുഞ്ഞാലി പറയുന്നു:

അമ്പടി കേമി, ഇന്നലെയല്ലേ നിനക്കു ഞാനൊരു

മാല തന്നത്. എന്നും ഓശാരം തരണെ ഞാൻ വല്ല ടത്തും കക്കാൻപോണം.

മടുപ്പോടെ പൂക്കുഞ്ഞിബീവി പറയുന്നു:

എനിക്കൊരു ഓശാരം തരാൻ നീയിപ്പം കക്കാ നൊന്നും പോണ്ട.

നടന്നുവന്ന പൂക്കുഞ്ഞിബീവി ജനലിനടുത്തു നിന്നുകൊണ്ട് തുടർന്നുപറയുന്നു:

ഒരു ചെറിയ സമ്മാനം മതി.

അവളുടെ മുന്നിലായി ജനലിനടുത്ത് ക്യാമറയ്ക്കു പുറം തിരിഞ്ഞു നിന്നുകൊണ്ട് അതുകേട്ട കുഞ്ഞാലി ചോദി ക്കുന്നു:

അതെന്നാ?

കൂസലില്ലാതെ പൂക്കുഞ്ഞിബീവി പറയുന്നു:

ഒരുമ്മ.

മധ്യദൃശ്യം

എന്തുചെയ്യണമെന്നറിയാതെ നോക്കിനിൽക്കുന്ന കുഞ്ഞാ ലിയെ നോക്കി വിഷയം മാറ്റിക്കൊണ്ട് പൂക്കുഞ്ഞിബീവി വിഷമത്തോടെ ചോദിക്കുന്നു:

കുഞ്ഞാലി എന്നാ പോണെ?

കുഞ്ഞാലി ഗൗരവത്തിൽ പറയുന്നു:

നാളെത്തന്നെ പോണം. എറമുള്ളാനിക്കേടെ അസു ഖം കാരണം കൊറെ ദിവസം പോയി. പരീക്ഷ ഇങ്ങ ടുത്തു. തോറ്റാപ്പിന്നൂപ്പാടെ മുഖത്തെങ്ങനെ നോക്കും.

അതൊന്നും ശ്രദ്ധിക്കാതെ പൂക്കുഞ്ഞിബീവി പറയുന്നു:

ഇവിടൊറ്റക്കിരിക്കുമ്പം എനിക്ക് ഭ്രാന്തുപിടിക്കും. കോളേജൊന്നു തുറന്നാ മതിയാരുന്നു.

എന്നിട്ട് തമാശയായിട്ട് കുഞ്ഞാലിയോട് ചോദിക്കുന്നു.

നാളെപ്പോകുമ്പം എന്നേംകൂടി കൊണ്ടുപോകുമോ.

കുഞ്ഞാലി ചോദിക്കുന്നു:

എന്റെ കൂടെയോ?

പരിഭവത്തിൽ പൂക്കുഞ്ഞി പറയുന്നു:

പിന്നാരുടെകൂടെയാ.

പൂക്കുഞ്ഞിബീവിയെ കളിയാക്കിക്കൊണ്ട് കുഞ്ഞാലി പറയുന്നു:

നിന്നെക്കൊണ്ടോവാൻ പുയ്യാപ്ലമാരു കാത്തുനിക്കണന്നാണല്ലോ കേക്കണെ.

പൂക്കുഞ്ഞിബീവി പറയുന്നു:

ആ പൂതി വേണ്ടാ. നെയ്ച്ചോറിന്റെ രുചിയോർത്ത് വായിവെള്ളം വന്നുകാണും. കൊതിയൻ.

പൂക്കുഞ്ഞിബീവിയുടെ നെറ്റിയിൽ തമാശരൂപത്തിലൊരു തട്ടുതട്ടിക്കൊണ്ട് കുഞ്ഞാലി പറയുന്നു:

പോടി.

സീൻ - എൺപത്തി ആറ്.

**തങ്ങളുടെ വീട് -
കടൈശിപ്പാത്തുവിന്റെ മുറി -
രാത്രി
മധ്യദൂരദൃശ്യം**

അടുത്തുള്ള അമ്പലത്തിൽനിന്നും ചെണ്ടമേളം കേൾക്കാം. കടൈശിപ്പാത്തുവിന്റെ മുറിയിലെ കട്ടിലിൽ പൂക്കുഞ്ഞിബീവി ഉറക്കംവരാതെ തിരിഞ്ഞും മറിഞ്ഞും കിടക്കുന്നു. നിസ്കാരം കഴിഞ്ഞ പാത്തു പൂക്കുഞ്ഞിയുടെകൂടെ കട്ടിലിൽക്കയറിക്കിടക്കുന്നു. ഉറങ്ങാതെ തിരിഞ്ഞും മറിഞ്ഞും കിടക്കുന്ന പൂക്കുഞ്ഞിയെനോക്കി പാത്തു ചോദിക്കുന്നു:

ബീക്കുട്ടി ഇനീം ഒറങ്ങീല്ലെ.

പൂക്കുഞ്ഞി ഒന്നും പറയാതെ കിടക്കുന്നതുകണ്ട് അവളെ കളിയാക്കാനായി പാത്തു പറയുന്നു.

കുഞ്ഞാലി പോയേന്റെ സങ്കടായിരിക്കും. ഓനൊടനെ വരില്ലെ. പിന്നെന്തിനാ വെഷമിക്കണെ.

പരിഭവത്തോടെ പൂക്കുഞ്ഞിബീവി പറയുന്നു:

അതൊന്നുമല്ല.

പാത്തു പറയുന്നു:

ബീക്കൂട്ടീടെ പ്രായം കയിഞ്ഞതല്ലെ എന്റെ തലേം നരച്ചത്. എനിക്കറിയില്ലെ ബീക്കുട്ടീടെ അങ്കലാപ്പ്.

തിരിഞ്ഞുകിടന്നു കൊണ്ട് പൂക്കുഞ്ഞിബീവി പറയുന്നു:

പോ പാത്തു ചാച്ചാ, ഞാനാ കൊട്ടുകേട്ട് കിടന്നതാ. എനിക്കതിന്റെ കഥ പറഞ്ഞുതാ.

കൊട്ടുശ്രദ്ധിച്ചുകിടന്നശേഷം പാത്തുപറയുന്നു:

ആർക്കറിയാം അതേതാന്ന്.

മധ്യദൃശ്യം

കട്ടിലിൽ തിരിഞ്ഞു കിടക്കുന്ന പാത്തു ഉറങ്ങാനുള്ള ശ്രമത്തിൽ തുടർന്നു പറയുന്നു:

ബീക്കുട്ടി കിടന്നുറങ്ങ്.

പൂക്കുഞ്ഞിബീവി വിടാൻ ഭാവമില്ല. പാത്തു മുഖം തിരിച്ചു കിടക്കുന്ന വശത്തേക്ക് തിരിഞ്ഞു കിടന്നുകൊണ്ട് അവൾ പറയുന്നു.

ഒരു കഥ പറഞ്ഞാലേ ഞാനുറങ്ങൂ.

പൂക്കുഞ്ഞിയുടെ നിർബന്ധത്തിനു വഴങ്ങി കടൈശിപ്പാത്തു കഥ പറഞ്ഞു തുടങ്ങുന്നു:

പണ്ടുപണ്ടൊരു രാജകുമാരിയൊണ്ടാരുന്നു. പെരുത്ത് സുന്ദരി. ഓളെക്കെട്ടാനാശിച്ച് രാജകുമാരന്മാരു കാത്തുകെടന്നു. പച്ചെ ഓക്കാരേം പുടിച്ചില്ല. രാജാവ് ബെഷമത്തിലായി. രാജകുമാരിയെ വിളിച്ചുവരുത്തി രാജാവ് ചോദിച്ചു:
എന്താ മോളേ അനക്കാരേം ഇഷ്ടപ്പെടാത്തത്. ഇഷ്ടപ്പെട്ടതാരെയായാലും പറഞ്ഞൊ വിവാഹം ചെയ്തു തരാം.

ഇതുകേട്ട് രാജകുമാരി പറഞ്ഞു:

എനിക്കൊരു ജിന്നിനെ മതി.

കേട്ടയുടൻ ഭടന്മാരുടെ നേർക്കുതിരിഞ്ഞ് രാജാവലറി.

കൊണ്ടുവരൂ ഒരു ജിന്നിനെ.

എന്നിട്ട് പുറത്തേക്ക് നടക്കുന്നതിനിടയിൽ രാജാവ് പറയുന്നു:

വിവാഹത്തിനുള്ള ഏർപ്പാടുകൾ ചെയ്യൂ.

സമീപദൃശ്യം

കടൈശിപ്പാത്തു കഥ തുടരുന്നു:

രാജകുമാരിയുടെ ബിബാഹം കേമമായി നടന്നു. ആദ്യരാത്രിയിൽ രാജകുമാരിയുടെ ഭർത്താവ് ഉറങ്ങിപ്പോയി. രാജകുമാരിക്കാണെ ഒറക്കംബന്നൂമില്ല. ഓളു കണ്ണുമ്മിഴിച്ച് നോക്കി കെടന്നു. അപ്പളതാ കിളിവാതിൽ താനെ തൊറക്കണു. രാജകുമാരി സൂക്ഷിച്ചങ്ങോട്ട് നോക്കി.

മധ്യദൃശ്യം

അന്തംവിട്ട് കഥ കേട്ടുകിടക്കുന്ന പൂക്കുഞ്ഞിബീവിയുടെ വശത്തേക്ക് തിരിഞ്ഞുകിടന്നുകൊണ്ട് പാത്തു കഥ തുടരുന്നു:

ആരാ കിളിവാതിൽക്കലെന്നാ ബീക്കുട്ടി ബിചാരിച്ചെ.

ഭയന്നുവിറച്ച പൂക്കുഞ്ഞിബീവി ചോദിക്കുന്നു:

ആരാ?

പാത്തു പറയുന്നു:

ഒരു ജിന്ന്.

ആശങ്കയോടെ പൂക്കുഞ്ഞിബീവി

ഏ...

പാത്തു കഥ തുടരുന്നു:

കണ്ണുതിരുമ്മി ഓളൊന്നൂടെ നോക്കി. സംശയമില്ല. ജിന്നുതന്നെ. ജിന്ന് രാജകുമാരിയെ അടുത്തേക്കു വിളിച്ചു. ഓളു മണവാളനെ നോക്കി. രാജകുമാരൻ നല്ല ഉറക്കം. ഓളുപതുക്കെ എണീറ്റ് കിളിവാതിലിലേക്ക് ചെന്നു. അടുത്തെത്തിയ രാജകുമാരിയെ ജിന്നൊറ്റവലിക്ക് കിളിവാതിലിലൂടെ മുറിക്കു പുറത്തേക്ക് വലിച്ചിറക്കി. എന്നിട്ട് നെലാവുവീണുകെടന്ന വഴിയിലേക്ക് രാജകുമാരീടേകൂടെ ജിന്നും ചാടി.

മധ്യദൃശ്യം

പാത്തു കഥ തുടരുന്നു:

രാവിലെ രാജകുമാരിയുടെ ഭർത്താവെണീറ്റ് നോക്കുമ്പം രാജകുമാരി കട്ടിലില്ല. രാജകുമാരിയെ അന്വേഷിച്ച് ആൾക്കാർ നാലുപാടും പാഞ്ഞു. ആരും രാജകുമാരിയെ കണ്ടില്ല. പക്ഷേ രാജകുമാരി കടപ്പുറത്തെ പൂഴിപ്പരപ്പിലൊരു സ്വർണമത്സ്യമായി ആരും കാണാതെ കിടക്കുന്നുണ്ടായിരുന്നു.

ആശങ്കയോടെ പൂക്കുഞ്ഞിബീവി ചോദിക്കുന്നു:

എന്നിട്ട്.

തിരിഞ്ഞുകിടന്നുകൊണ്ട് സാധാരണമട്ടിൽ പാത്തു പറയുന്നു:

എന്നിട്ടെന്താ രാജകുമാരിയെ ഖബറടക്കി.

സമീപമധ്യദൃശ്യം

പൂക്കുഞ്ഞിബീവി ചോദിക്കുന്നു:

ആരാ രാജകുമാരിയെ കൊന്നത്?

മധ്യസമീപദൃശ്യം

ഉറങ്ങാനായി തിരിഞ്ഞുകിടക്കുന്നതിനിടയിൽ കടൈശിപ്പാത്തുപറയുന്നു:

ആ ജിന്നുകൾക്ക് സുന്ദരിമാരെ ഉമ്മവെച്ചുകൊല്ലണതിഷ്ടാ. ചെലപ്പം ജിന്നാരിക്കും.

ഇതിനിടയിൽ പാത്തു ഉറക്കമായി.

സമീപമധ്യദൃശ്യം

സംശയത്തോടെ പൂക്കുഞ്ഞിബീവി വീണ്ടും ചോദിക്കുന്നു:

ജിന്നുകളെങ്ങനാ ഉമ്മവച്ചുകൊല്ലണെ.

മധ്യദൂരദൃശ്യം

പാത്തു കൂർക്കംവലിച്ചുറങ്ങുന്നു. പൂക്കുഞ്ഞിബീവിയെന്തോ ആലോചിച്ചുകിടക്കുന്നു.

സീൻ - എൺപത്തിയേഴ്.

തങ്ങളുടെ ബാങ്കിലെ ആപ്പീസുമുറി - മധ്യാഹ്നം ദൂരദൃശ്യം

തങ്ങളിരുന്ന് ജോലി ചെയ്യുന്ന ആപ്പീസുമുറിയിൽ തങ്ങളിരിക്കുന്ന കസേരയുടെ എതിർവശത്ത് നമ്പ്യാരും മറ്റൊരാളും ഇരിക്കുന്നു. എന്നിട്ട് നിർബന്ധപൂർവം ആമുഖമില്ലാതെ നമ്പ്യാർ പറയുന്നു:

നിങ്ങളിപ്പം കടയടച്ച് പൊരേപൊക്കോളിൻ.

സംശയത്തോടെ അവരെ നോക്കുന്ന തങ്ങളോട് നമ്പ്യാർ അനുനയത്തിൽ പറയുന്നു:

ഇങ്ങടെ സ്വഭാവം എനിക്ക് നല്ലോണം അറിയാം. അതുകൊണ്ടാ പറയുന്നെ.

മധ്യദൃശ്യം

അന്ധാളിച്ചിരിക്കുന്ന തങ്ങളോട് നമ്പ്യാർ തുടർന്നുപറയുന്നതുകേൾക്കാം.

ഇപ്പം എതിരൊന്നും പറയണ്ട.

വിശ്വസിക്കാൻ പറ്റാതെ തങ്ങൾ പറയുന്നു:

ഓറത് പൊളിച്ചോ.

അൽപ്പനേരത്തിനുശേഷം തങ്ങൾ വികാരാധീനനായി ചോദിക്കുന്നു:

അപ്പം ഓറു കോടതീപ്പറഞ്ഞതൊക്കെ ബെറുതെയാ.

മധ്യദൂരദൃശ്യം

നമ്പ്യാർ പറയുന്നു:

ഇപ്പ എല്ലാരുമെല്ലാം വീട്ടിലിരുന്ന് കാണുകല്ലെ.

കൂടുതൽ വിസ്താരത്തിനു നിൽക്കേണ്ടെന്നുകരുതി നമ്പ്യാർ അടുത്തിരിക്കുന്ന ആളോട് പറയുന്നു:

താമസ്സിക്കണ്ട തങ്ങളെ പൊരേകൊണ്ടാക്ക്.

മധ്യദൃശ്യം

നമ്പ്യാർ തങ്ങളോട് പറയുന്നു:

ഇങ്ങളു ബേജാറാവണ്ട. ഈടെ കൊഴപ്പൊണ്ടാവാതെ ഞങ്ങളു നോക്കിക്കോളാം.

സീൻ - എൺപത്തിഎട്ട്.

വഴി - പകൽ
മധ്യദൃശ്യം

ബാബറി മസ്ജിദ് പൊളിക്കാൻ തയാറായി വരുന്ന കർസേവകരുടെ സംഘം ശബ്ദഘോഷത്തോടെ മുന്നോട്ട് നടക്കുന്നു.

അതിദൂരദൃശ്യം

ബാബറി മസ്ജിദിന്റെ വീക്ഷണം:

മധ്യദൃശ്യത്തിൽനിന്ന് ദൂരദൃശ്യത്തിലേക്ക്

ബാബറി മസ്ജിദിനു ചുറ്റും കെട്ടിയിരിക്കുന്ന കമ്പികൊണ്ടുള്ള മതിലിൽനിന്നും പിന്നോട്ട് നീങ്ങുന്ന ക്യാമറയ്ക്ക് മുന്നിലായി അത് പൊളിക്കാൻ തയാറായി വരുന്ന കർസേവകരുടെ സംഘം ആയുധങ്ങളുപയോഗിച്ച് ഭിത്തി പൊളിക്കാൻ ശ്രമിക്കുന്നു.

മധ്യദൂരദൃശ്യം

കർസേവകരുടെ സംഘത്തിൽപ്പെട്ട ഒരാൾ കൈയിലൊരു ഇരുമ്പിന്റെ കൂടവുമായി ഭിത്തിയുടെ മുകളിൽ കയറി അതിൽ നിൽക്കുന്നവരുടെ ഇടയിലൂടെ നടക്കുന്നു.

മധ്യദൂരദൃശ്യം

ഭിത്തിക്കകത്തേക്ക് കല്ലും മറ്റും എറിയുകയും കൂടം കൊണ്ട് ഭിത്തി ഇടിച്ചു തകർക്കാൻ ശ്രമിക്കുകയും ചെയ്യുന്ന കർസേവകരുടെ സംഘം.

ദൂരദൃശ്യത്തിൽനിന്ന് മധ്യസമീപദൃശ്യത്തിലേക്ക്

ഭിത്തിക്കകത്തേക്ക് കല്ലും മറ്റും എറിയുകയും കൂടംകൊണ്ട് ഭിത്തി ഇടിച്ചു തകർക്കാൻ ശ്രമിക്കുകയും ചെയ്യുന്ന കർസേവകരുടെ സംഘത്തിൽനിന്നും പാൻ ചെയ്യുന്ന ക്യാമറ ബാബറി മസ്ജിദിനു മുകളിലത്തെ മിനാരത്തിൽ നാട്ടിയിരുന്ന കാവിനിറത്തിലുള്ള കൊടിയുടെ സമീപത്തിലെത്തി നിൽക്കുന്നു.

അതിദൂരദൃശ്യം

ബാബറി മസ്ജിദിനു ചുറ്റും കെട്ടിയിരിക്കുന്ന കമ്പികൊണ്ടുള്ള മതിലിനകത്ത് കയറിയ കർസേവകരുടെ സംഘത്തിൽപ്പെട്ടവർ മുന്നോട്ടുള്ള വഴി തടഞ്ഞുകൊണ്ടുള്ള ബാരിക്കേഡുകൾ തകർത്ത് ആവേശത്തോടെ മുന്നോട്ടു നീങ്ങുന്നു.

മധ്യദൂരദൃശ്യം

ബാബറി മസ്ജിദിനു മുകളിലത്തെ മിനാരത്തിൽ നാട്ടിയിട്ടുള്ള കാവിനിറത്തിലുള്ള കൊടിയുടെ ചുറ്റും നിന്ന് ആനന്ദനൃത്തം ചെയ്യുന്ന കർസേവകരുടെ സംഘം.

അതിദൂരദൃശ്യം

ഉയരത്തിൽ കെട്ടിയിരിക്കുന്ന ഗോവണി വഴി മിനാരത്തിലേക്ക് കയറുന്ന കർസേവകരുടെ സംഘം.

മധ്യദൂരദൃശ്യം

ബാബറി മസ്ജിദിനു മുകളിലത്തെ മിനാരത്തിൽ നാട്ടിയിട്ടുള്ള കാവിനിറത്തിലുള്ള കൊടിയുടെ ചുറ്റും നിന്ന് ആനന്ദനൃത്തം ചെയ്യുന്ന കർസേവകരുടെ സംഘം.

സീൻ - എൺപത്തിയൊൻപത്.

തങ്ങളുടെ വീട് - സ്വീകരണമുറി - മധ്യാഹ്നം
ദൂരദൃശ്യത്തിൽനിന്ന്
മധ്യദൃശ്യത്തിലേക്ക്

സ്വീകരണമുറിയിലെ ടെലിവിഷന്റെ മുന്നിൽ പള്ളിപൊളിക്കുന്നതിന്റെയും മറ്റും ദൃശ്യങ്ങൾ വീണ്ടും വീണ്ടും ചാനലിൽ കാണിച്ചുകൊണ്ടിരിക്കുന്നത് നോക്കി തങ്ങൾ വികാരാധീനനായിരിക്കുന്നു. സംഗീതം തുടങ്ങുന്നു. അയാൾ കസേരയിൽ നിന്നും എണീറ്റ് മുറിക്കുള്ളിലൂടെ നടന്ന് ജനലിന്റെ അടുത്തു വന്ന് പുറത്തേക്ക് നോക്കി നിൽക്കുന്നു.

സീൻ - തൊണ്ണൂറ്.

തങ്ങളുടെ വീട് - തങ്ങളുടെ മുകളിലത്തെ മുറി - രാത്രി
ദൂരദൃശ്യത്തിൽനിന്ന്
മധ്യദൂരദൃശ്യത്തിലേക്ക്

സംഗീതം തുടരുന്നു. തങ്ങൾ മുറിയിലൂടങ്ങോട്ടുമിങ്ങോട്ടും അസ്വസ്ഥനായി നടക്കുന്നു. നിസ്കാരംകഴിഞ്ഞ് ഗോവണിപ്പടികയറി മുകളിലേക്ക് വരുന്ന ആറ്റബീവി തങ്ങളുടെ അടുത്തുവന്ന് പരിഹാസത്തോടെ പറയുന്നു:

നിങ്ങക്കെന്തിന്റെ കേടാന്ന് തിരിയണില്ല. നിങ്ങളൊറക്കോഴിച്ചാ ഇവിടെല്ലാം നേരയാവുവൊ. ഈ മുറി

ക്കൂടങ്ങോട്ടുമിങ്ങോട്ടും നടന്ന് തട്ടലും മുട്ടലും കളിക്കാതെ നിങ്ങളു വന്ന് കെടന്നൊറങ്ങ്. എനിക്കൊറക്കംവന്നിട്ടുവയ്യ.

നടക്കുന്നതിനിടയിൽ തങ്ങൾ പറയുന്നു:

നീ കെടന്നൊറങ്ങിക്കൊ. ഞാമ്പിന്നെ കെടന്നോളാം.

മധ്യദൃശ്യം

പെട്ടെന്നെന്തോ ഓർത്തിട്ടെന്നപോലെ ആറ്റബീവിയുടെ അടുത്തേക്ക് വന്നുനിന്നുകൊണ്ട് ആറ്റബീവിയോട് തങ്ങൾ പറയുന്നു:

ബീക്കുട്ടിയോട് നാളെ കോളേജിപ്പോണ്ടെന്നു പറ.

ദേഷ്യത്തോടെ ആറ്റബീവി പറയുന്നു

ഓക്കും നിങ്ങടെ സ്വബാവല്ലെ. പറഞ്ഞാകേക്കൂല്ല. പോരാത്തതിനോളാ അരുവാക്കത്തിക്കാർടെ കൂടേമാ.

സമീപമധ്യദൃശ്യത്തിൽനിന്ന് മധ്യസമീപദൃശ്യത്തിലേക്ക്

അൽപ്പസമയത്തിനുശേഷം ആറ്റബീവി പറയുന്നു:

ഓളെ പിന്നേം പിടിച്ചുവിടിരുത്താം. നിങ്ങളെ എന്താ ചെയ്ക. നിങ്ങളും നാളെ പുറത്തെങ്ങും പോണ്ട. ഇവിടെ കുത്തീരുന്നാ മതി. വീട്ടിലിരിക്കണോർക്കും സമാധാനൊണ്ടാവൂല്ലൊ.

സീൻ - തൊണ്ണൂറ്റിഒന്ന്.

പൊലീസ് സ്റ്റേഷൻ - ഇൻസ്പെക്ടറുടെ മുറി - പകൽ സമീപമധ്യദൃശ്യം

പൊലീസ് സ്റ്റേഷനിലെ മുറിയിൽ ഇരിക്കുന്ന ഇൻസ്പെക്ടർ പറയുന്നു:

അമ്പലത്തിനടുത്ത് അസമയത്ത് കണ്ടകൊണ്ട് പിടിച്ചോണ്ടുപോന്നതാ. സമയമിതായിപ്പോയില്ലെ. പിന്നെ ചോദിച്ചതിനൊന്നും ശരിയായ ഉത്തരോം പറഞ്ഞില്ല.

സമീപമധ്യദൃശ്യം

ഇൻസ്പെക്ടറുടെ സംസാരം അത്ര രസിക്കാത്ത തങ്ങൾ വിശദീകരിക്കുന്നു

ആടങ്ങനെ പള്ളീം അംബലോംന്നൊന്നും വ്യത്യാസില്ല. ഓനെല്ലടത്തും കേറിയിറങ്ങി നടക്കണോനാ. പിന്നെലേശം ബുദ്ധിക്കൊറവുണ്ട്. അറക്കെപ്പണ്ടൊരു കുതിര ഒണ്ടാർന്നു. അയിനെ നോക്കാനാ ഓനീടെ ബന്നെ. കുതിര ചത്തേപ്പിന്നെയതിനേമന്വേഷിച്ചു നടക്കലാ രാപകലുപണി. പാവം ഓനെ ഉപദ്രവിക്കെണ്ടാർന്നു.

മധ്യദൂരദൃശ്യം

അടുത്തു നിൽക്കുന്ന പൊലീസുകാരിലൊരാളോട് ഇൻസ്പെക്ടർ പറയുന്നു:

ഇന്നലെ കൊണ്ടുവന്ന സായിപ്പിനെ ഇങ്ങിറക്കിവിട്. ഓനെ കൂട്ടാനാ തങ്ങളുവന്നിരിക്കണെ.

അവിടെ നിന്ന രണ്ടു പൊലീസുകാരുംകൂടി അകത്തേക്കു പോയി അദ്രുമാനെയും കൂട്ടി തിരിച്ചുവരുന്നു. മർദനമേറ്റ അദ്രുമാൻ ക്ഷീണിതനാണ്. തങ്ങളവനെ സഹതാപത്തോടെ നോക്കുന്നു. തങ്ങളുടെ കുറ്റപ്പെടുത്തലിൽനിന്നും രക്ഷതേടാനായി ഇൻസ്പെക്ടർ മുഖം തിരിക്കുന്നു.

സീൻ - തൊണ്ണൂറ്റി രണ്ട്.

തങ്ങളുടെവീട് -
കടൈശിപ്പാത്തുവിന്റെ മുറി -
പകൽ
ദൂരദൃശ്യം

അടികൊണ്ടവശനായ അദ്രുമാൻ കടൈശിപ്പാത്തുവിന്റെ മുറിയിലെ നിലത്ത് കമഴ്ന്നുകിടക്കുന്നു. നിലത്ത് അദ്രുമാന്റെ ഒരുവശത്തായിരിക്കുന്ന പാത്തു തന്റെ മുന്നിൽവച്ചിരിക്കുന്ന ചരുവത്തിലെ ചൂടുവെള്ളത്തിൽ മുക്കിയ തുണികൊണ്ട് അദ്രുമാന്റെ പുറം തലോടിക്കൊണ്ടിരിക്കുന്നു. കുറച്ചുമാറി കട്ടിലിൽ പൂക്കുഞ്ഞിബീവിയും ഇരിക്കുന്നുണ്ട്. ചൂടൂവെള്ളത്തിൽ മുക്കിപിഴിഞ്ഞെടുത്ത തുണികൊണ്ട് അദ്രുമാന്റെ ശരീരത്തിന്റെ പിൻഭാഗത്ത് പാത്തു അമർത്തി തിരുമ്മുമ്പോൾ അദ്രുമാൻ പുളയുകയും വേദന സഹിക്കവയ്യാതെ നിലവിളിക്കുകയും ചെയ്യുന്നു.

അയ്യോ എനിക്ക് നോവുന്നു.

സങ്കടത്തോടെ കടൈശിപ്പാത്തു പറയുന്നു:

ഈടെ കെടന്നിരുന്നേലിതൊക്കെ വരുവാരുന്നോ. ലാത്തിരീലുചുറ്റിത്തിരിയാണ്ടാന്നെത്ര പറഞ്ഞതാ. കേട്ടീട്ടുവേണ്ടെ.

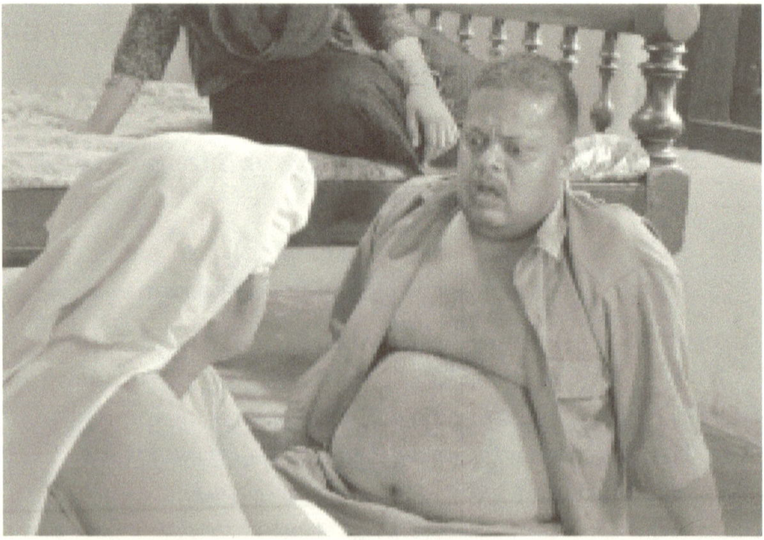

മധ്യദൂരദൃശ്യം

അദ്രുമാൻ വേദനസഹിക്കവയ്യാതെ ഓരോ ശബ്ദമുണ്ടാക്കിക്കൊണ്ടിരിക്കുന്നു. കട്ടിലിലിരുന്ന പൂക്കുഞ്ഞിബീവി ചോദിക്കുന്നു:

പോലീസുകാരദ്രുമാനിക്കെ എങ്ങനാപിടിച്ചെ.

വേദന അടക്കിക്കൊണ്ട് അദ്രുമാൻ നിലത്ത് വിരിച്ച പായയിലെണീറ്റിരുന്നുകൊണ്ട് പറയുന്നു:

നാനാ അറക്കലമ്പലത്തിന്റെ പറമ്പിലൂടെ നടന്നതാ. പെട്ടെന്നൊരു പോലീസുകാറൻ മുമ്പിലേക്ക് ചാടി വന്നിട്ട് ഇന്നോട് ശോദിച്ചു:
ഏടെപ്പോകുന്നെടാ നായിന്റെ മോനേന്ന്.
നാൻ പേടിച്ചുപോയി. ഓറുവീണ്ടും ചോദിച്ചു:
എന്താടാ നിന്റെ പേര്.
നാൻ പേരു പറഞ്ഞു.

മധ്യദൃശ്യം

അദ്രുമാൻ തുടർന്നു പറയുന്നു:

അപ്പ ഓറു പറകാ:
നീ അമ്പലം തകർക്കാൻ നടക്കണോർടെകൂടാല്ലേ.
കേറു ബണ്ടീല്ന്ന്. എന്നും പറഞ്ഞോണ്ടെന്നെ അടിയോടടി. ഓറോട് നാൻ പറഞ്ഞതാ. നാനെന്റെ കുയിരെ നോക്കിവന്നതാന്ന്.
അപ്പൊ ഓറു പറകാ:
അമ്പലത്തിലാണോടാ കുയിരാന്ന്.
എന്നിട്ട് പിന്നീം അടിച്ചു.

അദ്രുമാൻ വിങ്ങിപ്പൊട്ടുന്നു.

മധ്യദൃശ്യം

പാത്തുവിന്റെ കണ്ണും നിറയുന്നു. പാത്തു പറയുന്നു:

പടച്ചോനെ ഇങ്ങക്കിതാ യോഗം.

സീൻ - തൊണ്ണൂറ്റി മൂന്ന്.

തങ്ങളുടെ വീട് -
സ്വീകരണ മുറി - പകൽ
മധ്യദൂരദൃശ്യം

സ്വീകരണമുറിയിലെ ഇരിപ്പിടങ്ങളിൽ തങ്ങളും അമ്പലത്തിലെ ഉത്സവകമ്മിറ്റിക്കാരിൽ ചിലരും ഇരിക്കുന്നു. കമ്മിറ്റിക്കാരിലൊരാളായ പ്രായം ചെന്നയാൾ പറയുന്നു:

ഇക്കുറിയങ്ങനെ ചെറുതായീട്ടിതൊന്നും കാണരുത്. കുത്തിത്തിരിപ്പുകാരിമ്മിണിയേറെയാ.

നിസ്സാരമെന്ന മട്ടിൽ തങ്ങൾ പറയുന്നു:

അതിപ്പീനുമുന്നേക്കൊല്ലങ്ങളിലും ഒണ്ടാകാറില്ലെ. നമ്മളെല്ലാരുമൊന്നിച്ചങ്ങുനിന്നാമതി. കൂടുതലു മുൻകരുതലെടുക്കുമ്പഴാ ഓർക്കും സംശയം തോന്നുക. എല്ലാം പതിവുപ്രകാരം നടക്കെട്ടന്നാ ഞാൻ പറയണെ.

മധ്യദൃശ്യം

ആദ്യം പറഞ്ഞയാൾ പറയുന്നു:

അങ്ങനെ പോരെന്നാ കമ്മറ്റിക്കാരിലുചിലരു പറയണത്. ആനക്കും താലപ്പൊലിക്കാരു പെണ്ണുങ്ങക്കുമൊക്കെ പള്ളീടെ മുമ്പിക്കൂടെ പോണ്ടതല്ലെ. മാനക്കേടൊണ്ടാവരുത്.

ഒരു നിമിഷത്തിനുശേഷം അയാൾ തുടർന്ന് പറയുന്നു

തങ്ങക്കറിയാല്ലൊ. നിങ്ങടെ കൂട്ടത്തിലും മാറിചിന്തിക്കണോരൊണ്ടെന്ന കാര്യം.

മധ്യദൃശ്യം

അതത്ര കാര്യമാക്കാതെ തങ്ങൾ പറയുന്നു:

അതിനിപ്പം ഞങ്ങളും നിങ്ങളും എന്നൊന്നും പറയണ്ട. എല്ലാകൂട്ടകാരിലും കാണും. പക്ഷേ നമ്മളിവിടൊന്നിച്ചല്ലേ ഇതുവരെ കാര്യങ്ങൾ നടത്തിയിരുന്നത്. പള്ളീടെ മുമ്പിക്കൂടൊള്ള ആനേഴുന്നള്ളത്ത് ഇന്നൊ ഇന്നലെയോ തൊടങ്ങീതല്ലല്ലൊ. ആരേലും തടഞ്ഞൊ ഇതുവരെ. ഈഴടെല്ലാരും ഇപ്പഴും ഒന്നിച്ചുണ്ട്. പിന്നെന്നാ.

പ്രായം ചെന്നയാളിന്റെ കൂടെ ഇരുന്ന ചെറുപ്പക്കാരൻ പറയുന്നത് തങ്ങളുടെ ദൃശ്യത്തിൽ കേൾക്കാം.

ഹിന്ദുക്കടെ പരിപാടിയല്ലെ. പിന്നെന്തിനാ അഹിന്ദുക്കടാടുത്തൂന്നും പിരിവെടുക്കണേന്നാ ഒരുകൂട്ടർടെ ചോദ്യം.

തമാശരൂപത്തിൽ തങ്ങൾ ചോദിക്കുന്നു:

അപ്പൊ ഇക്കുറി അഹിന്ദുക്കടെ കലാപരിപാടികളും ഇല്ലാന്നൊണ്ടൊ.

സമീപമധ്യദൃശ്യം

വൈമനസ്യത്തോടെ ചെറുപ്പക്കാരൻ പറയുന്നു:

ഞങ്ങളോടൊന്നും തോന്നരുത്. അതാ തീരുമാനം.

സമീപമധ്യദൃശ്യം

അൽപ്പം ദേഷ്യത്തോടെ തങ്ങൾ പറയുന്നു:

ആരായീ തീരുമാനങ്ങളെടുക്കണത്. നമ്മളൊക്കെ ത്തന്നല്ലെ. കയിഞ്ഞ കാലോന്നും മറക്കർത്. ശരിയാ അന്ന് നമ്പ്യാരൊണ്ടാരുന്നു. ഒരാളില്ലാതാകുമ്പഴേ ഓർടെ വെലനമ്മളറിയൂ. ബീക്കുട്ടീടെ കൂത്തില്ലാന്നു വച്ചാലും ഒന്നൂല്ല. പക്ഷേ, കുട്ടികളുടെ മനസ്സാ നമ്മളു മുറിക്കണത്. അതുപിന്നെപ്പ മുറികൂടാനാ.

സമീപമധ്യദൃശ്യം

ക്ഷമാപണത്തോടെ പ്രായം ചെന്നയാൾ പറയുന്നു:

ദേഷ്യം തോന്നരുത്. എല്ലാരേം ഒത്തുകൊണ്ടോക ണ്ടെ. കൂടെനിക്കുമ്പം ഞങ്ങക്കും വേറെ വഴിയില്ല.

സമീപമധ്യദൃശ്യം

വേദനയോടെ തങ്ങൾ പറയുന്നു:

കലാപത്തിന്റെ കഥയൊക്കെ വലിയതങ്ങളാ പറ ഞ്ഞുതന്നത്. അറക്കലാണുങ്ങളൊണ്ടെ ഇവിടെ ലഹ ളയൊന്നും ഉണ്ടാവരുതെന്നേ എന്നോട് പറഞ്ഞേപ്പി ച്ചോട്ടുള്ളൂ.

അൽപ്പനേരത്തിനുശേഷം കസേരയിൽനിന്നും എഴു ന്നേൽക്കുന്ന തങ്ങൾ മുറിയിലൂടെ നടന്നുകൊണ്ട് തുടർന്നു പറയുന്നു:

ബീക്കുട്ടിക്ക് വിഷമാവും. എല്ലാക്കൊല്ലോം നടത്ത ണതല്ലെ. പരിശീലനമിക്കൊല്ലോം തൊടങ്ങീട്ടോണ്ട്. അതു കാര്യമാക്കണ്ട. പിന്നെ പിരിവിന്റെ കാര്യം. പെരുനാളിനു സക്കാത്ത് കൊടുക്കാറില്ലെ. അതു പോലെ നേർച്ചയായിട്ടു മേടിച്ചാ മതി. പിരിവാക്കണ്ട.

തങ്ങൾ ജനാലക്കടുത്ത് നിൽക്കുന്നു. എന്നിട്ട് കമ്മിറ്റിക്കാരെ നോക്കി തുടർന്നു പറയുന്നു:

നിങ്ങക്കറിയുവൊ എന്തൊ. വലിയതങ്ങടെ കാലം വരെ ഈ അമ്പലം ഇവിടുത്തെ സ്വത്താരുന്നു. അമ്പ ലത്തിലേക്ക് ചെലവിനൊള്ള തുക കൊടുത്തോണ്ടി

രുന്നതും ഇവിടുന്നാ. ഞാനായിട്ടാ അമ്പലോം അമ്പലം വക സ്തലോം നാട്ടുകാർക്ക് വിട്ടുകൊടുത്തത്. ഇപ്പത് തെറ്റായെന്നും തോന്നണില്ല.

സീൻ - തൊണ്ണൂറ്റി നാല്.

തങ്ങളുടെ വീട് - ഊണു മുറി - രാത്രി
മധ്യദൂരദൃശ്യം

തങ്ങളും ആറ്റബീവിയും പൂക്കുഞ്ഞിബീവിയും ഊണുമേശക്കുചുറ്റുമിരുന്നു ചായ കഴിക്കുന്നു. പരിഭവത്തോടെ പൂക്കുഞ്ഞിബീവി പറയുന്നു:

പറ്റില്ലുപ്പാ. ഞാനെല്ലാരോടും പറഞ്ഞുപോയി. കോളേജീന്ന് കൂട്ടുകാരൊക്കെ വരുകേലെ. ഇനീപ്പൊയില്ലാന്നുപറയണത് നാണക്കേടാ.

മധ്യദൂരദൃശ്യം

പൂക്കുഞ്ഞിബീവി തുടരുന്നു:

ഇവരടെ രാഷ്ട്രീയക്കളിക്ക് നമ്മളുകൂട്ടുനിക്കണൊ

ആറ്റബീവി ശാസനാസ്വരത്തിൽ പറയുന്നു:

വായടക്കെടീ. ഓൾടെ ഒരു രാഷ്ട്രീയം പറച്ചില്.

മധ്യദൃശ്യം

പൂക്കുഞ്ഞിയെ സമാധാനിപ്പിച്ചുകൊണ്ട് തങ്ങൾ പറയുന്നു:

നമ്മളായിട്ടിവിടൊരു കൊയപ്പം വേണ്ട. ഉത്സവപ്പറമ്പിലുപരിപാടി നടത്താൻ പറ്റിയില്ലാന്നുകരുതി ബേജാറാവാതെ. നമുക്ക് വേറെവിടേലും നടത്താം.

സീൻ - തൊണ്ണൂറ്റിയഞ്ച്.

തങ്ങളുടെ വീട് - സ്വീകരണ മുറി - പകൽ
മധ്യദൂരദൃശ്യം

സ്വീകരണമുറിയിലെ കസേരയിൽ തങ്ങളിരിക്കുന്നു. തങ്ങളുടെ മുന്നിലായി ഭിത്തിയോട് ചേർന്ന് കിടക്കുന്ന ബെഞ്ചിൽ രണ്ടുപേരിരിക്കുന്നു. അവരുടെ അടുത്ത് മറ്റൊരാൾ നിൽക്കുന്നുമുണ്ട്.

ബെഞ്ചിലിരിക്കുന്നവരിലൊരാൾ പറയുന്നു:

മദ്രസ്സേടെ യോഗത്തില് തങ്ങളേപ്പറ്റിയും ചില വർത്തമാനം ഉണ്ടായി. തങ്ങളോടിതിനെപ്പറ്റി പറയാ

നെന്നെയാ ഏപ്പിച്ചിരിക്കണെ. പറയണോണ്ട് വെഷമം തോന്നരുത്. സമുദായത്തിന്റെ കാര്യത്തിലു ചെല നടപടിക്രമങ്ങളൊക്കെ വേണന്നാ തീർപ്പ്. വേഷത്തിന്റേം ആചാരത്തിന്റേം കാര്യത്തിലൊക്കെ.

പ്രായമായ ആൾ നിർത്തുന്നു. തങ്ങൾ ഒന്നും മിണ്ടാതിരിക്കുന്നു. പ്രായമായ ആൾ തുടരുന്നു:

ഇവിടുത്തെ കുട്ടികളേപ്പറ്റിയും പരാതിയൊണ്ട്. കുഞ്ഞാലി പള്ളീ വരാറില്ല.

സമീപമധ്യദൃശ്യം

ഇടയ്ക്കുകയറി തങ്ങൾ പറയുന്നു:

അതിനോനിവിടില്ലല്ലോ.

മധ്യദൃശ്യം

താടിവച്ച ആൾ തിരുത്തുന്നു

ഇവിടൊണ്ടാരുന്നപ്പളും അങ്ങനെയാരുന്നു.

താടിവച്ച ആളിന്റെ അടുത്തു നിന്ന ആൾ പറയുന്നു:

പൂക്കുഞ്ഞിബീവിയാടെലക്ഷനിലു നമ്മടെ ഒരാളെയാ തോപ്പിച്ചെ.

സമീപമധ്യദൃശ്യം

സരസമായി തങ്ങൾ പറയുന്നു:

രണ്ടായാലും നമ്മടെ കൂട്ടരാണല്ലോ.

സമീപമധ്യദൃശ്യം

തങ്ങളെ ഒന്നിരുത്തി നോക്കിയിട്ട് താടിവച്ച ആളുടെ അടുത്ത് ബെഞ്ചിലിരിക്കുന്ന ആൾ കർക്കശ സ്വരത്തിൽ പറയുന്നു:

പറഞ്ഞില്ല അറിഞ്ഞില്ല എന്നു വേണ്ടാന്നു കരുതി പറയുകാ. ചെറുപ്പക്കാരു വല്ല കുസൃതീം കാണിച്ചാ. തറവാടുകാരല്ലെ. പെങ്കുട്ടികളുടെ വേഷത്തിലും ചെല തീരുമാനങ്ങളൊണ്ട്. പൂക്കുഞ്ഞീടെ കാര്യത്തിലതിലും ചിലരൊക്കെ പരാതി പറഞ്ഞു.

മധ്യസമീപദൃശ്യം

സംഗീതം തുടങ്ങുന്നു. സഗൗരവം തങ്ങൾ പറയുന്നു.

മാറുമറയ്ക്കാതെ നടന്ന ഹിന്ദുപ്പെണ്ണുങ്ങളെ ബലമായിട്ട് മാറുമറപ്പിച്ചതിവിടുത്തെ വലിയ തങ്ങളാന്ന്

കേട്ടിട്ടൊണ്ട്. ഇനീപ്പം മുസ്ലീം പെണ്ണുങ്ങളെയൊക്കെ തട്ടമിടീക്കുന്നപണി നമ്മക്കേറ്റെടുക്കാം.

സമീപമധ്യദൃശ്യം

അസ്വസ്ഥനായ താടിവച്ച ആൾ പറയുന്നു:

തമാശയല്ല തങ്ങളെ. ഇപ്പഴത്തെ പിള്ളേരോട് പാരമ്പര്യമൊന്നും പറഞ്ഞിട്ട് കാര്യമില്ല. ഓലു വിചാരിക്കുമ്പോലേ നടക്കൂ. അതാ പറയണെ.

മധ്യസമീപദൃശ്യം

തങ്ങളൊന്നും പറയുന്നില്ല. മുഖമുയർത്തി അയാളെ നോക്കുന്നു.

സമീപമധ്യദൃശ്യം

ഒരുനിമിഷം കഴിഞ്ഞ് പ്രായമായ ആൾ തുടർന്നു പറയുന്നു:

പൂക്കുഞ്ഞി എന്തിനാ അമ്പലത്തിലെ പരിപാടിക്കിത്ര നിർബന്ധം പിടിക്കണത്. കമ്മറ്റിക്കാരത് വേണ്ടാന്നു വച്ചതല്ലെ.

മധ്യസമീപദൃശ്യം

ഭാവഭേദംകൂടാതെ തങ്ങൾ പറയുന്നു:

കമ്മറ്റിക്കാരുടെയിടേലും ചില ഭിന്നതയൊക്കെയുണ്ട്. അതാ അവരുവീണ്ടും യോഗം വിളിച്ചിരിക്കുന്നെ. എന്താ തീരുമാനമെന്നറിയട്ടെ.

സീൻ - തൊണ്ണൂറ്റിആറ്.

തങ്ങളുടെ വീട് - ഗോവണിപ്പടിയോട് ചേർന്ന മുകളിലത്തെ മുറി - പകൽ മധ്യദൂരദൃശ്യത്തിൽനിന്ന് ദൂരദൃശ്യത്തിലേക്ക്

കോളേജിൽ പോകാനുള്ള വേഷത്തിൽ കൈയിൽ പുസ്തകവുമായി ഗോവണിപ്പടിയോടു ചേർന്ന മുകളിലത്തെ മുറിയിലൂടെ നടന്നുവരുന്ന പൂക്കുഞ്ഞിബീവി ഗോവണിപ്പടിയുടെ അടുത്തായിട്ടിരിക്കുന്ന കസേരയിലിരുന്ന് പത്രം വായിക്കുന്ന തങ്ങളുടെ മുന്നിലൂടെ നടന്ന് ഗോവണിപ്പടിയിറങ്ങാൻ തുടങ്ങുന്നു. പത്രത്തിൽനിന്ന് കണ്ണെടുക്കാതെ തങ്ങൾ പറയുന്നു:

സന്തോഷായില്ലേ. ആ കമ്മിറ്റിയൊന്നുപിരിച്ചുവിടാൻ കുട്ടികളു പെടാപാടുപെട്ടു. എന്നാലും കാര്യം നടന്നല്ലോ.

ഗോവണിപ്പടിയിറങ്ങാൻ താഴോട്ട് വച്ച കാല് പിൻവലിച്ച് മുറിയിലേക്ക് കയറി ഗോവണിയുടെ മുകളിലത്തെ പിടിയിൽനിന്നുകൊണ്ട് പൂക്കുഞ്ഞിബീവി ദേഷ്യത്തോടെ പറയുന്നു:

അല്ലേലവന്മാരതു പിടിച്ചെടുത്തേനെ...

പൂക്കുഞ്ഞിബീവിയുടെ ആവേശം ഒന്നടക്കാനായി തങ്ങൾ ശാന്തനായി അവളെ പറഞ്ഞ് മനസിലാക്കുന്നു:

ബീക്കുട്ടീ കാലമത്ര നല്ലതല്ല. ഭ്രാന്തുപിടിച്ച കൊറേപ്പേരൊണ്ട്. ഓരോ ചെറുബാല്യക്കാരേക്കൂടി പറഞ്ഞു തിരിക്കണത്.

തങ്ങൾ പറഞ്ഞുകൊണ്ടിരിക്കുന്നതിനിടയിൽ പൂക്കുഞ്ഞിബീവി മുന്നോട്ടുനടന്ന് തങ്ങളിരിക്കുന്ന കസേരയുടെ മുന്നിൽ കിടക്കുന്ന മേശയുടെ അടുത്തുവന്നു നിൽക്കുന്നു.

മധ്യദൂരദൃശ്യം

തങ്ങൾ തുടർന്നു പറയുന്നു:

അതോണ്ട് വക്കാണത്തിനൊന്നും പോണ്ട.

തങ്ങളുടെ സമാധാനഭാവം ഒട്ടും ഇഷ്ടപ്പെടാത്ത പൂക്കുഞ്ഞിബീവി തുറന്നടിക്കുന്നു:

എന്നുവച്ചവരുപറയണതൊക്കെ നമ്മളങ്ങു സമ്മതിച്ചുകൊടുക്കണോ.

പൂക്കുഞ്ഞിബീവിയുടെ സംസാരത്തിലെ കാർക്കശ്യം തിരിച്ചറിയുന്ന തങ്ങൾ നിസ്സഹായനായി പറയുന്നു:

എന്നല്ല ഞാൻ പറഞ്ഞേ. വഴിതെറ്റിക്കണോർക്ക് കൊറച്ചുകിട്ടിയാ മതി. അതുകൊണ്ടിപ്രാവശ്യം അയിശേന്റെ കഥ വേണ്ട. അമ്പലപ്പറമ്പിലാവുമ്പം തെറ്റിദ്ധരിപ്പിക്കാനെളുപ്പാ.

സമീപമധ്യദൃശ്യം

ശാന്തനായിക്കൊണ്ട് പൂക്കുഞ്ഞിബീവി തന്റെ നിവൃത്തികേട് തങ്ങളെ ധരിപ്പിക്കുന്നു.

അയ്യൊ ചതിക്കല്ലെ. എനിക്കുവേറെ കഥയൊന്നുമറിയില്ല. ഒരു സംശയം ചോദിക്കാനാ ആശാനും ഇല്ല.

സമീപമധ്യദൃശ്യം

സംഗതിയുടെ ഗൗരവം പൂക്കുഞ്ഞിബീവിയെ ധരിപ്പിക്കാനായി തങ്ങൾ പറയുന്നു:

ഞാൻ വെറുതെ പറഞ്ഞതല്ല. നീയാ രാജാത്തീടേം ജിന്നിന്റേം കഥ കളിക്ക്. വെറുതെ ഒരു പ്രശ്നൊണ്ടാക്കണ്ട.

സീൻ - തൊണ്ണൂറ്റിയേഴ്.

തങ്ങളുടെ വീട് - തങ്ങളുടെ മുകളിലത്തെ മുറി - രാത്രി.

മധ്യദൂരദൃശ്യം

തങ്ങൾ ഉറങ്ങാനായി കട്ടിലിൽ കിടക്കുന്നു. നിസ്കാരം കഴിഞ്ഞ് നിസ്കാരക്കുപ്പായവും അഴിച്ച് മുറിയിലേക്ക് വന്ന ആറ്റബീവി ഭിത്തിയിൽ ഉറപ്പിച്ചുവച്ചിരിക്കുന്ന കൊളുത്തിൽ തൂക്കിയിട്ടുകൊണ്ട് കട്ടിലിൽ കിടക്കുന്ന തങ്ങളോട് ചോദിക്കുന്നു:

പടിപ്പൊര അടച്ചൊ?

പടിപ്പുര അടച്ചു പൂട്ടിയില്ലെന്നകാര്യം അപ്പോഴാണ് തങ്ങൾക്കോർമ്മവന്നത്. കട്ടിലിൽ നിന്ന് എഴുന്നേൽക്കുന്നതിനിടയിൽ തങ്ങൾ പറയുന്നു:

ഓ ഞാനതു മറന്നു. പോയടച്ചിട്ടുവരാം.

ഇതിനിടയിൽ തങ്ങളുടെ അടുത്ത് കട്ടിലിൽ വന്നിരിക്കുന്ന ആറ്റബീവി ചോദിക്കുന്നു:

ആ പിരാന്തനിനീം വന്നില്ലെ.

സമീപമധ്യദൃശ്യം

ഉള്ളിൽ അടക്കിയ വിഷമത്തോടെ തങ്ങൾ പറയുന്നു:

അദ്രുമാനെ ഈടെങ്ങുമാരും കണ്ടതായി പറയണ കേട്ടില്ല. ഓനിനി വല്ലോം പറ്റിയൊ.

സമീപമധ്യദൃശ്യം

അദ്രുമാനോടുള്ള തങ്ങളുടെ സഹാനുഭൂതികലർന്ന സമീപനത്തിൽ അതൃപ്തി പ്രകടിപ്പിച്ചുകൊണ്ട് ആറ്റബീവി പറയുന്നു:

വെശക്കുമ്പം ഇങ്ങോട്ടുതന്നെ പോന്നോളും. ബെറുതെയിരുന്നു തിന്നാനിവിടല്ലാതെവിടെപ്പറ്റും.

ദൂരദൃശ്യം

നിരാശതയോടെ തങ്ങൾ പറയുന്നു:

ഓരോരുത്തരായിട്ട് നമ്മളെ ഇട്ടേച്ചുപോണു.

എന്നിട്ട് കട്ടിലിൽനിന്ന് എഴുന്നേൽക്കുന്ന തങ്ങൾ മുറിയുടെ ഒരറ്റത്ത് കിടക്കുന്ന മേശയുടെ അടുത്തേക്ക് നടക്കുന്നു. ഇതിനിടയിൽ ആറ്റബീവി കട്ടിലിൽ കയറിക്കിടക്കുന്നു. മേശപ്പുറത്തിരിക്കുന്ന ടോർച്ചെടുത്ത് ആറ്റബീവി കിടക്കുന്ന കട്ടിലിനടുത്തേക്ക് തിരിഞ്ഞുനിന്നുകൊണ്ട് തങ്ങൾ നിസ്സഹായനായി പറയുന്നു:

അത്യാവശ്യത്തിനൊരാളില്ലാന്നമട്ടായി.

കട്ടിലിൽകിടക്കുന്ന ആറ്റബീവി താൻ പറയുന്നത് ശ്രദ്ധിക്കുന്നില്ലെന്ന് മനസിലാക്കിയ തങ്ങൾ ടോർച്ചുമായി മുറിക്ക് പുറത്തേക്ക് നടക്കുന്നു. ഇതൊന്നും ശ്രദ്ധിക്കാതെ ആറ്റബീവി കട്ടിലിൽകിടന്നുറങ്ങുന്നു.

സീൻ - തൊണ്ണൂറ്റി എട്ട്.

തങ്ങളുടെ വീട് - അടുക്കളയോട് ചേർന്ന മുറി - വൈകുന്നേരം ദൂരദൃശ്യത്തിൽനിന്ന് മധ്യദൃശ്യത്തിലേക്ക്

ഒരു കൈയിൽ ടോർച്ചും മറ്റേ കൈയിൽ കുടയുമായി പുറത്തേക്ക് പോകാനുള്ള വേഷത്തിൽ തങ്ങൾ ഗോവണിപ്പടിയിറങ്ങി വരുന്നു.

ദൂരദൃശ്യത്തിൽനിന്ന് മധ്യദൃശ്യത്തിലേക്ക്

ഗോവണിപ്പടിയിറങ്ങി വരുന്ന തങ്ങൾ മുറിയിലൂടെ നടന്ന് അടുക്കളയോടു ചേർന്ന മുറിയിലിരുന്ന് പച്ചക്കറി നുറുക്കുന്ന ആറ്റബീവിയുടെ അടുത്തുവന്നുനിന്ന് പരിഭവത്തോടെ ചോദിക്കുന്നു:

വരണില്ലാന്ന് ആറ്റ ഒറപ്പിച്ചോ?

ജോലിയിൽ ശ്രദ്ധിച്ചിരുന്ന ആറ്റബീവി പറയുന്നു:

ഇങ്ങളു പോയിട്ടുവാ.

സമീപമധ്യദൃശ്യം

പച്ചക്കറി നുറുക്കുന്ന ആറ്റബീവി തുടർന്നു പറയുന്നു:

ബിക്കുട്ടീടെ കൂട്ടുകാരാരൊക്കെ രാത്രീലീടെയാ കെട ക്കണെ. ഓർക്ക് കയിക്കാൻ ബല്ലോമൊണ്ടാക്കണ്ടെ. പത്തൂനെക്കൊണ്ടെല്ലാത്തിനും കയ്യുവൊ.

മധ്യദൃശ്യം

തന്റെ അവസ്ഥ വിശദമാക്കിക്കൊണ്ട് ആറ്റബീവി പറയുന്നു:

ഞാനൂടൊണ്ടേലോൾക്കൊരുസഹായാവും.

ആറ്റബീവിയെ നോക്കി തങ്ങൾ നിസ്സഹായനായി നിൽക്കു ന്നു. എന്നിട്ട് തങ്ങൾ വികാരാധീനനായി പറയുന്നു:

കൂടെക്കൊണ്ടുനടക്കാനൊരാളില്ല. ബുദ്ധിയില്ലേലും അദ്രുമാനൊരു കൂട്ടാരുന്നു.

എന്നിട്ട് തങ്ങൾ പുറത്തേക്ക് നടക്കുന്നു.

സീൻ - തൊണ്ണൂറ്റി ഒൻപത്. **അമ്പലത്തിലെ ഉത്സവപ്പറമ്പ് - വേദി - രാത്രി**
ദൂരദൃശ്യം

വേദിയിൽ പൂക്കുഞ്ഞിബീവിയുടെ നങ്ങ്യാർകൂത്ത് നടക്കു ന്നു. വേദിയിലൊരു സ്റ്റൂളിൽ വേഷഭൂഷാദികളോടെ ഇരുന്ന് കഥ അവതരിപ്പിക്കുന്ന പൂക്കുഞ്ഞിബീവിയുടെ പിന്നിലായി രണ്ട് മിഴാവുകാരിരുന്ന് മിഴാവ് വായിക്കുന്നു. തൊട്ടടുത്ത് ഒരാൾ നിന്ന് ഇടയ്ക്ക വായിക്കുന്നു. നിലത്തിരിക്കുന്ന പെൺകുട്ടി താളം കൊടുക്കുന്നു.

സമീപമധ്യദൃശ്യം

വേദിയുടെ മുന്നിലിട്ട കസേരയിലിരുന്ന് തങ്ങൾ കളി കാണുന്നു.

മധ്യദൃശ്യം

വേദിയിലൊരു സ്റ്റൂളിൽ വേഷഭൂഷാദികളോടെ ഇരുന്ന് കഥ അവതരിപ്പിക്കുന്ന പൂക്കുഞ്ഞിബീവി ഭയത്തോടെ എഴു ന്നേൽക്കുന്നു.

സമീപമധ്യദൃശ്യം

വേദിയുടെ മുന്നിലിട്ടകസേരയിലിരുന്ന് കളി കണ്ടുകൊണ്ടി രുന്ന തങ്ങൾ അപ്രിയമായതെന്തോ കണ്ട ദിശയിലേക്ക് പരിഭ്രമത്തോടെ നോക്കുന്നു.

സമീപദൃശ്യം

ഇതിനിടയിൽ വേദിയുടെ പിന്നിലെ ഓലകെട്ടിയ അണിയറയിൽനിന്ന് തീയും പുകയും ഉയരുന്നു.

മധ്യദൃശ്യം

തീ പടരുന്നതുകണ്ട തങ്ങൾ ഇരിപ്പിടത്തിൽ നിന്ന് എണീറ്റ് ചുറ്റും നിന്നവരെ ശാസിക്കുന്നു;

എന്നാടാ നോക്കിനിക്കണെ. തീകത്തണകണ്ടില്ലെ. പടരണേനുമുമ്പ് ആ ഓല പൊളിച്ചുമാറ്റ്.

ആളുകൾ തീയണയ്ക്കാനായി അങ്ങോട്ടും ഇങ്ങോട്ടും ഓടുന്നു.

ദൂരദൃശ്യം

വേദിയിലേക്കോടിച്ചെന്ന ആളുകളിൽ ചിലർ തീ അണയ്ക്കാനുള്ള ശ്രമം തുടരുന്നു. ചിലർ തീ അണയ്ക്കുന്നു. മറ്റു ചിലർ വേദിയിൽ വച്ചിരുന്ന മിഴാവുൾപ്പെടെയുള്ള സാധനങ്ങളെടുത്തുകൊണ്ട് പുറത്തേക്കോടുന്നു. ഇതിനിടയിൽ ലൈറ്റും പോകുന്നു. വേദിയിലാകെ തീ പടരുന്നു.

മധ്യദൃശ്യം

തീ അണയ്ക്കുന്നവർക്ക് നിർദേശങ്ങൾ നൽകിക്കൊണ്ട് തങ്ങൾ അവിടെ നിൽക്കുന്നു. പിന്നെയും കുറെ ആളുകൾ വേദിയിലേക്ക് ഓടിപ്പോകുന്നു.

സമീപദൃശ്യം

തീ പടരുന്നു.

ദൂരദൃശ്യം

വേദിയുടെ മേൽക്കൂരയിലേക്ക് തീ പടരുന്നു.

മധ്യദൂരദൃശ്യം

മുകളിലേക്ക് ഉയരുന്ന ക്യാമറ വേദിയുടെ മേൽക്കൂരയിലേക്ക് പടരുന്ന തീയുടെ ദൃശ്യങ്ങൾ കാണിക്കുന്നു.

മധ്യസമീപദൃശ്യം

മുകളിലേക്ക് ഉയരുന്ന ക്യാമറ; പടരുന്ന തീയുടെ ദൃശ്യങ്ങളിലൂടെ വേദിയുടെ ഒരുവശത്തായി തൂണിനോടു ചേർന്ന് കെട്ടിവച്ചിട്ടുള്ള കുലവാഴയിലേക്ക് നീങ്ങുന്നു.

മധ്യദൂരദൃശ്യം

പടരുന്ന തീജ്വാലകൾക്ക് നടുവിൽ നിൽക്കുന്ന കുലച്ച വാഴ.

മധ്യദൂരദൃശ്യം

ആളി പടരുന്ന തീജ്വാലകൾ

സമീപദൃശ്യം

തീജ്വാലകൾ

മധ്യദൂരദൃശ്യം

താഴോട്ടു പതിച്ച വേദിയുടെ മേൽക്കൂര താഴെ വീണുകിടന്ന് കത്തുന്നു.

സീൻ - നൂറ് **കടൽപ്പുറം - പകൽ**

ദൂരദൃശ്യം

കൈയിൽ കുടയുമായി കടലിനഭിമുഖമായി കടപ്പുറത്തു നിൽക്കുന്ന തങ്ങൾ തിരിഞ്ഞ് മുന്നോട്ടു നടന്ന് ഒരുവശത്തേക്ക് തിരിഞ്ഞുപോകുന്നു. കാക്കകളുടെ കരച്ചിൽ കേൾക്കാം.

മധ്യദൂരദൃശ്യത്തിൽനിന്ന് ദൂരദൃശ്യത്തിലേക്ക്

കൈയിൽ കുടയുമായി വിജനമായ വഴിയിലൂടെ തങ്ങൾ നടക്കുന്നു. കാക്കകളുടെ കരച്ചിൽ നിലയ്ക്കുന്നു. സംഗീതം തുടങ്ങുന്നു.

സീൻ - നൂറ്റി ഒന്ന്.

തങ്ങളുടെ വീട് - തങ്ങളുടെ മുകളിലത്തെ മുറി - രാത്രി മധ്യദൂരദൃശ്യം

ആറ്റബീവി കട്ടിലിൽക്കിടന്നുറങ്ങുന്നു. മുണ്ടും ബനിയനും ധരിച്ച തങ്ങൾ മുറിയിലേക്ക് കയറിവന്ന് ആറ്റബീവി കിടക്കുന്നതിനടുത്തായി ഭിത്തിയോടു ചേർത്തിട്ടിരിക്കുന്ന മേശപ്പുറത്തുനിന്ന് ടോർച്ചെടുത്ത് മേശപ്പുറത്തടിച്ചുനോക്കി അവിടിരുന്ന താക്കോൽക്കൂട്ടത്തിലൊരെണ്ണം എടുത്ത് കട്ടിലിൽകിടക്കുന്ന ആറ്റബീവിയെ ശ്രദ്ധിക്കാതെ ടോർച്ചുമായി മുറിക്ക് പുറത്തേക്ക് നടക്കുന്നു. ഉറക്കത്തിൽനിന്നുണർന്ന ആറ്റബീവി തലതിരിച്ചൊന്ന് തങ്ങളെ നോക്കിയശേഷം തിരിഞ്ഞ് കിടന്നുറങ്ങുന്നു. സംഗീതം തുടരുന്നു.

സീൻ - നൂറ്റി രണ്ട്.

തങ്ങളുടെ വീട് - മുറ്റം - പകൽ സമീപമധ്യദൂരദൃശ്യത്തിൽനിന്ന് മധ്യസമീപദൃശ്യത്തിലേക്ക്

മഴനനഞ്ഞ് ചെളിപിടിച്ച് കിടക്കുന്ന മുറ്റത്ത് താക്കോൽക്കൂട്ടം കിടക്കുന്നു. ക്യാമറ ഇടത്തോട്ട് നീങ്ങുമ്പോൾ ടോർച്ചും അതിനുപിന്നാലെ ഒരു കയ്യും ദൃശ്യമാവുന്നു. തുടർന്ന് നാം ഏതാണ്ട് മുക്കാൽഭാഗം കമഴ്ന്ന് മുറ്റത്ത് കിടക്കുന്ന തങ്ങളുടെ മുഖവും കാണുന്നു. മുഖത്തിനു താഴെ നിലത്ത് രക്തം വാർന്ന് കിടക്കുന്നു. സംഗീതം തുടരുന്നു. കൂടെ കാക്കക്കൂട്ടത്തിന്റെ കരച്ചിലും കേൾക്കാം.

ദൂരദൃശ്യം

ഏതാണ്ട് മുക്കാൽഭാഗം കമഴ്ന്ന് വീടിന്റെ മുൻവശത്തെ മുറ്റത്ത് കിടക്കുന്ന തങ്ങളിൽനിന്ന് ക്യാമറ മുകളിലേക്ക് ഉയരുന്നു. സംഗീതം നിലയ്ക്കുന്നു. കാക്കക്കൂട്ടത്തിന്റെ കരച്ചിൽമാത്രം കേൾക്കാം.

സീൻ - നൂറ്റിമൂന്ന്.

മണിയറ - പകൽ
മധ്യദൃശ്യം

പുതുവസ്ത്രങ്ങൾ ധരിച്ച് കഴുത്തിലും കാതിലും കയ്യിലും നിറച്ച് സ്വർണാഭരണങ്ങളുമിടുവിച്ചണിയിച്ചൊരുക്കിയ പൂക്കുഞ്ഞിബീവി മണിയറയ്ക്കകത്തെ കട്ടിലിലിരിക്കുന്നു.

സംഗീതം തുടങ്ങുന്നു. വെളുത്ത തുണികൊണ്ടുള്ള നീളൻ കുപ്പായമണിഞ്ഞ കുഞ്ഞാലി കഥ പറഞ്ഞു കൊടുത്തു കൊണ്ട് പൂക്കഞ്ഞിബീവിയുടെ പിന്നിൽ നിൽക്കുന്നു:

പണ്ടുപണ്ട് പെരുത്തുപണ്ട് ഒരു രാജാത്തിയുണ്ടായിരുന്നു. രാജാവിന്റെ മകളായ രാജാത്തി. കൊട്ടാരത്തിന്റെ ജീവൻ. രാജ്യത്തിന്റെ ജീവൻ. വലിയ രാജാത്തി. അവൾക്ക് ഉറക്കംവരുന്നതുവരെ കഥകൾ പറഞ്ഞുകൊടുത്തു. ജിന്നിന്റെ കഥകൾ, മലക്കുകളുടെ കഥകൾ, ശേഖുമാരുടെ കഥകൾ. പള്ളികളുടെയും പള്ളിപ്പറമ്പുകളുടെയും കഥകൾ...

സീൻ - നൂറ്റിനാല്

കടൽപ്പുറം - പകൽ
സമീപദൃശ്യത്തിൽനിന്ന്
ദൂരദൃശ്യത്തിലേക്ക്

കടൽപ്പുറത്തെ പൂഴിമണലിൽ പതിഞ്ഞുകിടക്കുന്ന കാൽപ്പാടുകളിലൂടെ ക്യാമറ നീങ്ങുന്നു.
കുഞ്ഞാലി കഥ പറഞ്ഞു തീർക്കുന്നു.

കഥകൾ കേട്ടുകേട്ട് രാജാത്തി ഉറങ്ങി, കഥകൾ കേട്ടുകേട്ട് രാജാത്തി തളർന്നു, കഥകൾ കേട്ടുകേട്ട് രാജാത്തി വളർന്നു.

കഥ പറഞ്ഞു തീരുന്നതോടെ സംഗീതം നിലയ്ക്കുന്നു. സംസ്കൃതശ്ലോകാലാപനം തുടങ്ങുന്നു.

പ്രഹസ്യവേഗാ ദപനീയമാനാ
പ്രഭാസതീർഥോപരി രാക്ഷസേന
രുരോദസാ വ്യോമ്ന്യവലംബഹീനാ
വിമുച്യബാഷ്പം നിപ പാതഭൂമൗ

കാൽപ്പാടുകളിലൂടെ നീങ്ങുന്ന ക്യാമറ കുറച്ചകലെയായി തീരത്ത് നങ്ങ്യാർകൂത്ത് നടത്തുമ്പോൾ ധരിക്കാറുള്ള മുഴുവൻ വേഷങ്ങളും ആഭരണങ്ങളും അണിഞ്ഞു കിടക്കുന്ന പൂക്കുഞ്ഞിബീവിയിലെത്തുന്നു.
ശാന്തമായ പതഞ്ഞ തിരമാലകൾ പൂക്കുഞ്ഞിബീവി കിടക്കുന്നതിനടുത്തുവരെയെത്തി അവളെ തൊടാതെ തിരിച്ചു പോകുന്നു. ക്യാമറ മുകളിലേക്ക് ഉയരുന്നു. തിരമാലകളുടെ നനുത്ത ശബ്ദം മാത്രം കേൾക്കാം.

ചിത്രത്തിന്റെ അവസാന ശീർഷകങ്ങൾ ഇവിടെ തുടങ്ങുന്നു. പശ്ചാത്തലത്തിൽ ചിത്രത്തിന്റെ തുടക്കത്തിൽ കേട്ട സംഗീതവും കേൾക്കാം.

www.ingramcontent.com/pod-product-compliance
Lightning Source LLC
LaVergne TN
LVHW100835051026
849519LV00006B/2309
* 9 7 8 9 3 8 2 8 0 8 0 1 5 *